ઉપરવાળાએ તો ફક્ત માણસ બનાવ્યા. પરંતુ કુંઠિત વિચારો અને રૂઢીઓએ છૂઆછૂત તેમજ ઊંચ-નીચનો આધાર રાખ્યો. હવે જે મહેલનો પાયો જ એટલો નબળો પડેલો હોય ત્યાં સમતાના સામ્રાજ્યની કલ્પના પણ નથી કરી શકાતી. ભારતીય સામાજિક માળખાંને મૂળમાંથી જકડેલી આ વિરોધાભાસી સ્થિતિએ આપસી સૌહાર્દના બદલે સાંપ્રદાયિકતાના બીજ વાવી દીધા. પરંતુ ૨૫ ડિસેમ્બર, 1927એ માનવતાના પુજારી ડૉ.ભીમરાવ આંબેડકરે મનુસ્મૃતિને અગ્નિમાં સ્વાહા કરીને દબાયેલી-કચડાયેલી તેમજ વિવશ જીભને એક નવો અવાજ આપ્યો. પરંતુ આ એક શરૂઆત માત્ર હતી. 1925માં અછૂતો માટે આરક્ષણની માંગ થઈ, જેને 20 ઓગષ્ટ 1932માં બ્રિટીશ પ્રધાનમંત્રી રેમજે મૈકડોનાલ્ડે સ્વીકૃતી પ્રદાન કરી દીધી. માનવતાને ધર્મનું મૂળ બતાવવાવાળા ડૉ.આંબેડકર પોતાની વિદ્વતા તેમજ બુધ્ધિમતા માટે પેઢી દર પેઢી આદરણીય રહેશે.

AF529376

ડૉ. ભીમરાવ આંબેડકર

મહેશ આંબેડકર

ગુજરાત પુસ્તકાલય સહાયક સહકારી મંડળ લિ.
૧૧, ઈલોરા કોમર્શીયલ સેન્ટર, પહેલો માળ, રીલીફ સીનેમા પાછળ.
અમદાવાદ–૩૮૦ ૦૦૧
ફોન : ૨૫૫૦ ૬૯૭૩
E-mail : gpssmltd@yahoo.com

ડાયમંડ બુક્સ

પ્રકાશક	:	ડાયમંડ પૉકેટ બુક્સ પ્રા. લિ. X-30, ઓખલા ઇંડસ્ટ્રિયલ એરિયા, ફેઝ-II, નવી દિલ્હી-110020
ફોન	:	011-40712200
ઇ-મેઇલ	:	sales@dpb.in
વેબસાઇટ	:	www.diamondbook.in
મુદ્રક	:	Repro (India)

DR. BHIMRAO AMBEDKAR (GUJARATI)
By : Mahesh Ambedkar

ભૂમિકા

આજે આપણો રાષ્ટ્ર ઘણી વિકટ ત્રાસદીના સમયમાંથી પસાર થઈ રહ્યો છે. સાંપ્રદાયિક્તા તેમજ જાતીય ભેદ-ભાવના અસંખ્ય નાસૂર રાષ્ટ્રના શરીરને સતત ખોખલું કરીને હિંસા તેમજ અત્યાચારોનો ઘોર અંધકાર ચારે તરફ ફેલાવી રહ્યાં છે.

એવામાં આપણને કોઈ એવી મશાલની જરૂર છે. જે આ બધા નિમ્ન સ્વાર્થોથી ઉપર ઉઠીને બિન સાંપ્રદાયિક્તા તેમજ ભાઈચારાની પવિત્ર અગ્નિથી પ્રજ્જવલિત થાય, અથવા પછી જરૂર છે એ સૂર્યની જે ક્યારેય અસ્ત ન થાય. દિવસ હોય કે રાત- વસુધૈવ કુટુમ્બકમનો પ્રકાશ તેઓ સતત વરસાવતા રહે. જેના તાપથી આપણાં રાષ્ટ્રના શરીરથી સાંપ્રદાયિક્તાવાદી નાસૂર સમૂળગા નષ્ટ થઈ જાય.

આજે આપણે ચારે તરફ પોતાના ભૂત, ભવિષ્ય કે વર્તમાનમાં નજર નાંખીએ તો આપણને એક અને ફક્ત એક જ નામ દેખાશે. નિઃસંદેહ એ યુગ પુરુષ બાબા ભીમરાવજી આંબેડકરનું જ નામ હશે અને ભલું હોય, પણ કેમ નહીં. એમનું સંપૂર્ણ જીવન અલગાવવાદી તેમજ છૂઆછૂતવાદી તાકાતો વિરૂધ્ધ લડતા અને ઝઝૂમતા વીત્યું હતું. એમનો જન્મ એ કાળમાં થયો, જે કાળમાં આપણો રાષ્ટ્ર સ્વતંત્રતાની ખુલ્લી હવામાં શ્વાસ લેવા માટે છટપટાઈ રહ્યો હતો. એમના જન્મથી પહેલાં મહર્ષિ દયાનંદ આર્ય સમાજની સ્થળના ઉપરાંત નિર્વાણને પ્રાપ્ત થઈ ચૂક્યા હતા. એમની સંસ્થા સમાજ સુધાર શિક્ષા તેમજ ખાસ કરીને હરિજનોના ઉધ્ધારમાં કાર્યરત હતી. તે જ વખતે અખિલ ભારતીય રાષ્ટ્રીય કોંગ્રેસનો જન્મ પણ થઈ ચુક્યો હતો. એ સમયે કોંગ્રેસ જો કે સ્વતંત્રતા પ્રત્યે પૂર્ણ રૂપથી સંઘર્ષરત ન હતી. હા, સુધાર અને શિક્ષાની દિશામાં તે અવશ્ય જ કાર્ય કરી રહી હતી.

ડૉક્ટર આંબેડકરની કિશોરાવસ્થા મુંબઈના ખુલ્લાં વાતાવરણમાં વીતી અને એ સમય સુધી તિલક વગેરે રાષ્ટ્રીય મહાપુરુષ સ્વતંત્રતા આંદોલન માટે પ્રાણ વચનથી જોડાઈ ગયા હતા. અહીં ડૉ.આંબેડકર જેઓ ત્યાં સુધી ફક્ત ભીમરાવ આંબેડકર જ હતા, પોતાના અભ્યાસમાં રત હતા. શિક્ષાના કુરુક્ષેત્રમાં ઉચ્ચ શિક્ષા માટે સંઘર્ષરત હતા.

ડૉ.આંબેડકરે પોતાના 66 વર્ષના જીવનકાળમાં અનેક અવિસ્મરણીય કાર્ય કર્યા. એમનું પૂર્ણ વિવરણ આગળ યથાસ્થાને આપવામાં આવ્યું છે. કેટલાકનું સાંકેતિક વિવરણ અહીંયા પણ આપવામાં આવી રહ્યું છે.

25, ડિસેમ્બર 1927એ ડૉ.આંબેડકરે મનુસ્મૃતને અગ્નિમાં સ્વાહા કરી દીધું હતું. એમનું માનવું હતું કે ભારતીય સમાજમાં જાતિ વ્યવસ્થા તેમજ વર્ણ વ્યવસ્થાને મનુસ્મૃતિએ જ ફેલાવી હતી.

અછૂતો માટે આરક્ષણ તેમજ અલગ પ્રતિનિધિત્વની વાત પણ ડૉ.આંબેડકરે સાઈમન કમીશનના સન્મુખ 1928માં પ્રસ્તુત કરી દીધી હતી. અને 20 ઓગષ્ટ 1932માં બ્રિટીશ પ્રધાનમંત્રી રેમજે મેકડોનાલ્ડે અછૂતોના અલગ પ્રતિનિધિત્વ પર સ્વીકૃતિની મોહર પણ લગાવી દીધી હતી.

હરિજન શબ્દને લઈને ડૉ.આંબેડકરના મનમાં ઘણો રોષ હતો. એમનું કહેવું હતું કે દલિત હરિજન છે તો બાકી બધા કોણ છે? આ પ્રશ્નની પાછળ એમનો દ્રષ્ટિકોણ સમતાની ભાવના માટે થયો હતો, આથી તાત્કાલીન ભારતવાસીઓઓ જ નહીં પરંતુ વર્તમાન પેઢીએ પણ ડૉ.આંબેડકરનું એમની વિદ્વતા તેમજ બુધ્ધિમતા માટે સન્માન કર્યુ અને ભારત સરકારે પણ એમના આ રૂપનો સ્વીકાર કર્યો તેમજ 14 એપ્રિલ સને 1990થી આરંભ કરી 13 એપ્રિલ સને 1991 સુધી એમનું જન્મશતાબ્દી વર્ષ ખૂબ ઉત્સાહ તેમજ સન્માનની સાથે મનાવાયું. ડૉ.આંબેડકર જેવાં દિગ્ગજ વ્યક્તિત્વનો જીવન પરિચય આ થોડા પાનાઓમાં તો શક્ય જ નથી. છતાં પણ આ પુસ્તકમાં અમે ડૉ.આંબેડકરના અવિસ્મરણીય પ્રવૃત્તિનો ઉજાગર કરવાનો પ્રયત્ન કર્યો છે. આ પ્રયત્નમાં આપણે કેટલા સફળ થયા છીએ, એનો નિર્ણય તો વાચક આ પુસ્તકને વાંચ્યા પછી જ કરી શકશે.

-પ્રકાશક

□

વિષય સૂચી

૧.	પૂર્વ પીઠિકા	૯
૨.	આંબેડકરનો બાલ્યકાળ	૧૩
૩.	આંબેડકરની શિક્ષણ	૧૭
૪.	સેનામાં ભરતી	૨૪
૫.	અમેરિકા પ્રસ્થાન	૨૬
૬.	કાર્યક્ષેત્રમાં ઝંપલાવ્યું	૩૩
૭.	દલિત જાગરણ	૪૦
૮.	લંડન વાપસી	૪૨
૯.	વકીલાતનો આરંભ	૪૫
૧૦.	મહાર સંમેલન	૪૮
૧૧.	સાઈમન કમીશન	૫૬
૧૨.	ગોળ મેજ સંમેલન (પ્રથમ)	૫૯
૧૩.	નવું નામ - બાબા સાહેબ	૬૭
૧૪.	જાત-પાત તોડક સંમેલન	૭૧
૧૫.	રાજનીતિક અસંતુલન	૭૪
૧૬.	અંતિમ પડાવ	૧૨૧

૧

પૂર્વ પીઠિકા

મને આ દેશના સામાજીક, રાજનીતિક અને આર્થિક ઢાંચાના ભાવી વિકાસ અંગે કોઈ શંકા નથી. હું જાણું છું કે આજે આપણે રાજનિતિક, સામાજીક તથા આર્થિક પુષ્ઠ, ભૂમી પર અલગ-અલગ વહેંચાયેલા છીએ. આપણા લોકોમાં પરસ્પર તણાવ તથા ક્લેશ રહેલા છે. હું પણ જાણું છું કે હું પોતે પણ આ ક્લેશ કરવાવાળાના દળનો પ્રમુખ છું. આટલો તણાવ તથા મન મોટાવ હોવા છતા પણ મને એ વાતનો પુરો વિશ્વાસ છે કે સમય આવતા. સંજોગો બદલી જવાથી કોઈ એવું કરાણ નહી હોય જે રાષ્ટ્રની એકતાના રસ્તા પર પથ્થર બને. હું નિઃસંકોચ કહી શકું છું કે આપણી જાતિ-પાતિ અને મતમતાંતરો હોવા છતાં પણ કોઈને કોઈ રૂપમાં આપણે એક રાષ્ટ્ર બનીને રહીશું મને એ કહેવામાં કોઈ હિચક નથી કે ભારતના ભાગલાની મુસ્લિમ લીગની માંગ છતા એક દિવસ એવો આવશે, જ્યારે મુસલમાન પોતે એ વિચારવા અને સમજવા લાગશે કે અખંડ ભારત જ બધા માટે કલ્યાણકારી છે.

ઉપરોક્ત પંક્તિઓ 17-12-1946માં પૂર્વ વિધાન નિર્માત્રી. સભાની સમક્ષ આપેલા વક્તવ્યના કેટલાક અંશ છે. તે સમયે વ્યક્ત કરવામાં આવેલી તેમની ભાવનાઓ આજે પણ કેટલી મહત્વપૂર્ણ છે. એ વાતને માત્ર એ જ લોકો સારી રીતે સમજી શકે છે. જે હૃદયની ભારતની અખંડિતતા માટે આંદોલન કરે છે.

સ્વતંત્ર ભારતના તે સમયના વડાપ્રધાન પંડિત જવાહરલાલ નહેરૂએ આ પ્રખ્યાત કાયદાવિદ ભીમરાવ આંબેડકરને સંવિધાનના ઘડનારી સભાના અધ્યક્ષ બનાવ્યા હતા. તે સંવિધાનમાં ડૉ.આંબેડકરે જ 'શુદ્ર' કહેવાતા વર્ગ વિષેષને 'અનુસૂચિત જાતિ'ના વિશેષ નામથી નામકરણ કર્યુ હતું. પોતે ડૉ.આંબેડકર પણ તે અનુસૂચિત જાતિના જ અંશ હતા. એ જ અનુસૂચિત જાતિના સંદર્ભમાં તેમણે કહ્યું હતું ''શુદ્ર સૌથી નીચ વર્ણ છે અને તે એવા પ્રતિબંધોના દાયરામાં કેદ છે. જ્યાં તેને વિકસવા દેતા નથી. લોકોએ હજી સુધી શુદ્રના પ્રશ્નોનું

મહત્વ સમજવું જ નથી. તે ભૂલી જાય છે કે હિન્દુ સમાજમાં શુદ્ર બહુ સંખ્યક છે અને તેની ઉન્નતિ ન થાય તો સમાજની ઉન્નતિ ન થઈ શકે. ભારતનું ભવિષ્ય તથા હિન્દુ સમાજનું એકકીકરણ ચારે વર્ણ પર નિર્ભર છે....''

લાંબા સમય તેમણે અનુસૂચિત જાતિના સભ્યોને શોષિત તથા દલિત રૂપમાં માનવાનું આરંભ કરી દીધું હતું. તેમના માટે તેમણે કહ્યું હતું.

''આ મારી દૃઢ પ્રતિજ્ઞા છે કે હું આ શૌષિત જનની સેવામા મારૂ જીવન બલિદાન કરીશ જેમાં હું પોતે ઉત્પન્ન થયો છું જે લોકોની વચ્ચે રહીને હું મોટો થયો છું તથા જેમા હું રહ્યો છું હુ મારી આ કર્તવ્ય પારાયણતાથી એક ઈંચ પણ હટીશ નહીં અને ના હું ટીકાઓની ચિંતા કરીશ જે મારા હરિફ તથા વિરોધી લોકો કરે છે.''

અહિયા જે શોષિત વર્ગની વાત ડૉ.આબેડકર કરી રહ્યા છે તે દલિત વર્ગ 'મહાર' છે જો કે મહારો મોટી સંખ્યમાં મહારાષ્ટ્રમાં જોવા મળે છે પરંતુ ભારતના જુદા જુદા રાજયો માં મહાર ઓછી વધતી સંખ્યામાં જોવા મળે છે જેની પુષ્ટી મરાઠી ભાષાની આ કહેવત સારી રીતે કરવામાં સક્ષમ છે- ''જ્યાં કોઈ પણ ગામ હશે ત્યાં મરાઠવાડા જરૂર હશે. તેની સાથે જ જ્યાં મરાઠિ ભાષી રહેશે. ત્યાં મહાર જરૂર જશે.' આ રીતે મહાર જાતિ મરાઠા અને મરાઠવાડાનું અભિન્ન અંગ હતી અને આજે પણ છે. એવી માન્યતા છે કે કુલ સંખ્યાના ૯ ટકા ભાગ મહાર જાતિના છે.

મહારોની માન્યતા છે કે મહાર જાતિ મહારાષ્ટ્ર પ્રદેશની સૈાથી વધારે બહાદુર જાતિ છે મહારાષ્ટ્રના સિંહ છત્રપતિ શિવાજી મહારાજ તથા પેશવાઓની સેનામાં મહાર સૈનિક કરોડના મણકા સમાન માનવામાં આવતા હતા. તેમણે અનેક યુધ્ધોમાં ભાગ લીધો હતો. ૧૯મી સદીમાં અંગ્રેજોનું વર્ચસ્વ સ્થાપિત થયા પછી સેનાની મુંબઇ પ્રેસિડેન્સી ફોર્સનું ચોથુ ગઠન 'મહાર'થી કરવામાં આવ્યું હતુ. થોડા સમય પછી ભારતના સ્વતંત્ર થયા પછી જયારે ભારત-પાકીસ્તાન યુધ્ધ થયુ તેના ચૌદ દિવસના ઐતાહાસીક યુધ્ધમાં પણ મહાર રેજીમેન્ટ પોતાનું યુધ્ધ કૌશલ્યનું વધી-ચઢીને પ્રદર્શન કર્યુ હતું.

મહાર જાતિ ના લોકો શરૂઆતથી જ પોતાને ભૂમિપતિ માનતા આવ્યા છે. મહારાષ્ટ્રમાં એ પ્રચલીત હતું કે જયારે કયારેય પણ કોઈપણ પરિવારોમાં જમીનના ભાગલાની વાત આવતી હતી. તેને ઉકેલવા માટે મહારને જ બોલાવામાં આવતા હતા. તે મહાર જમીનના ભાગ તો પાડતો હતો સાથે જ પોતે ત્યાં દીવાલ બનાવીને સીમા પણ નીર્ધારીત ગામના ખેતરોની દેખભાળ તથા સુરવાની જવબાદારી મહારોના હાથમાં જ હતી એક ગામથી બીજા ગામમાં સંદેશો લઇ જવાનું કામ મહાર કરતા હતા.

પરિવર્તનના નિયમ પ્રમાણે મહારોએ પણ પરિવર્તન અપનાવ્યું અને પોતાનું પરંપરાગત કામકાજ છોડીને મહારોએ સ્મશાનમાં લાકડી પહોંચાડવી, મરેલા પશુઓને ઉઠાવવા અને ગામની બહાર ફેંકવા વગેરે કામ અપનાવી લીધા. જેના કારણે મરાઠિ સમાજમાં તેમના પ્રત્યે અલગતાવાદીની ભાવના જન્મવા લાગી અને ધીરે-ધીરે આ ભાવના મહારોને અછુત કહેવાની કારણ બની. આ એ સમયની વાત છે જયારે ભારત પર બ્રિટિસ શાસન હતું. રામજી માલોજી આંબેડકર જે ડો.આંબેડકરના પિતા હતા તે બ્રિટિશ સેનામાં ગ્રેનેડિયર રેજીમેન્ટના સુબેદાર મેજરના પદ પર હતા. એ સુચના એ સેનામાં મહારોની ભરતીનું કામ બંધ કરી દીધુ છે, તેમને વિચલીત કરી દીધા હતા. રામજી માલોજીએ જલ્દી જ જસ્ટિસ એસ.જી ગણેશ પાસે જઈને બ્રિટિશ સરકારના આ નિર્ણય વિરૂધ્ધ એક અરજી તૈયાર કરાવી, જેમાં મહારોને સેનામાં ભરતી ન કરવા અંગે ભાર મુકવામાં આવ્યો હતો. રામજીએ આ અરજી ભારત સરકારને મોકલી. પરંતુ ભારત સરકારે તેના પર કોઈ ધ્યાન ન આપ્યુ. જેનું પરિણામ તેમના વિરુધ્ધ આંદોલનના રૂપમાં સામે આવ્યું.

આંદોલન કરવું એ કંઈ બાળકોની રમત ન હતી તેના માટે જરૂરિયાત હોય છે. જનશક્તિની તથા તે વિશાળ જનસમુહને સારી રીતે સંભાળી શકે તથા નિયંત્રણમાં રાખી શકે તેવા નેતૃત્વની. પરંતુ ઈરાદા પાક્કા રામજીએ શિવરામ જનવા કાંબલે, બહાદુર ભટનાગર, સુબેદાર ઘટગે અને સુબેદાર સેલડેકરની સહાયતાથી આ કામ પણ કરી દેખાડ્યું અને એક પ્રબળ આંદોલન મહારોને સેનામાં ભરતી ન કરવાના વિરોધમાં જોર-શોરથી કર્યું. આ આંદોલનનો પ્રભાવ પણ મહારોના પક્ષમાં જ થયો. એક વખત ફરીથી બ્રિટિશ સેનામાં મહારોની ભરતીનો દરવાજો ખોલી દીધો.

મહાર સૈનિક વીર માનવામાં આવતા હતા એ વાતની સચ્ચાઈનો અંદાજ આ વાતથી સારી રીતે લગાવી શકાય છે કે જયારે ઈસ્ટ ઈન્ડિયા કંપનીની મુંબઈમાં ૨૫ મહાર રેજિમેન્ટ હતી અને તેમાં ૭૫૦ મહાર દ્રુપ હતા. પ્રથમ તથા બીજા વિશ્વ યુધ્ધમાં મહારોએ અદ્‌ભૂત સાહસ તથા અદમ્ય વીરતાનો પરિચય આપ્યો હતો. તેમની આ અદમ્ય વીરતાને કારણે જ આ સૈનિક ટુકડીનું નવું નામકરણ મહાર રેજિમેન્ટના રૂપમાં થયું. સ્વતંત્રતા પછી ભારતીય રાષ્ટ્રપતિએ આ મહાર રેજિમેન્ટને 'યશસિધ્ધ'નો ધ્વજ પ્રદાન કર્યો તથા સેનામાં મુખ્ય સ્થાન પર પ્રતિષ્ઠિત પણ કર્યા.

એક વખત ફરી પ્રથમ વિશ્વયુધ્ધ દરમિયાન મહારોની સેનામાં ભરતીવાળા મામલાને લઈને ઘણી ગરમા-ગરમી ઉત્પન્ન થઈ ગઈ હતી. પ્રતિબંધને લઈને મહારોમાં અસંતોષનો જ્વાળામુખી ફરવો સંપૂર્ણ સ્વાભાવિક જ હતો. પરિણામે

મહાર વિદ્રોહ પર ઉતરી આવ્યા. વિશ્વયુધ્ધ સમાપ્ત થયુ ત્યાં સુધી આ દિશામાં કોઈ વિધાયક કાર્ય સંપન્ન થઈ શક્યુ નહીં એટલું જ નહીં પ્રથમ વિશ્વ યુધ્ધ થતા જ મહાર રેજિમેન્ટને છિન્ન-ભિન્ન કરી દેવામાં આવ્યું તથા મહારોની સેનામાં ભરતી પર સંપૂર્ણ પ્રતિબંધ લગાવી દીધો.

આ બાજુ આપણા મુખ્ય હીરો તે સમય સુધી ભારતીય ક્ષીતિજ પર એક ઉજ્જવળ પ્રકાશમાન તારાની જેમ ઝગમગી ઉઠ્યા હતા. ઈ.સ.૧૯૨૩માં તેમણે વકિલાતની પરિક્ષા ઉત્તીર્ણ કરી લીધી હતી. મહારોની ભરતી પર પ્રતિનો મામલો ગરમાગરમ હતો. ડૉ.આંબેડકરે તે મામલો પોતાના હાથમાં લઈ લીધો અને પુરી તૈયારી સાથે સુબેદાર ડી.બી. ખામ્બે તથા અન્ય મહાર સૈનિક અધિકારીઓની આ મામલામાં મદદ તથા જાણકારી લઈ આ મામલાની પોતેજ પેરવી કરી અને આ પ્રતિબંધને હટાવવામાં સફળ રહ્યા.

ડૉ.આંબેડકરની સખત મહેનત તથા સાચી લગનનું જ આ સારૂ પરિણામ છે કે મહાર રેજિમેન્ટની આજે લગભગ પંદર બટાલિયન છે. એટલું જ નહીં તેને ભારતીય સેનાની સૌથી મોટી રેજિમેન્ટ થવાનું પણ ગૌરવ મળેલું છે. સાથે જ ૧૯૪૬માં મહાર મશીનગન રેજિમેન્ટનું ગઠન કરવામાં આવ્યું. આજે તેને સૌથી શક્તિ સંપન્ન સૈનિક ટુકડી થવાનું સન્માન મળેલું છે. મહારોએ સેનામાં જે કંઈ મેળવ્યું તેનો બધો શ્રેય રામજી તથા તેમના પુત્ર ડૉ.ભીમરાવ આંબેડકરને જ જાય છે. પિતા તથા પુત્ર જો આ રેજિમેન્ટને બચાવવાનો અથાક પ્રયાસ ન કરતા તો સમયની ઉંડી ખાઈમાં મહાર રેજિમેન્ટ જાણે ક્યાં દફન થઈ જાત.

★★★

૨

આંબેડકરનું બાળજીવન

ડૉ.આંબેડકરના બાળપણનું નામ ભીમ સકપાલ હતું. સુબેદાર મેજર રામજી સકપાલનું તે ૧૪મું સંતાન હતા. ઘરમાં તે સૌથી નાના હોવાના કારણે સૌના લાડીલા હતા. પરંતુ તેમના ભાગ્યમાં માની મમતા વધુ સમય ન હતી. તેથી જ તે સાત વર્ષના હતા ત્યારે તેમની મા શ્રીમતિ ભીમાબાઈનું અવસાન થયું. ભીમ સકપાલનું બાળપણ મહારાષ્ટ્રના જાણીતા રત્નાગીરી વિસ્તારમાં વિત્યુ પરંતુ તેમને માની ગેરહાજરી સાલી રહી હતી. એ સમયની ભીમ સકપાલની મનોદશા કોઈ માં થી વિખુટો પડ્યો હોય તે જ જાણી શકે છે.

બાળક સકપાલનો જન્મ થયો તે સમય સુધીમાં મહારો પર ક્ષુદ્રથી નીચ વર્ણની મહોર લાગી ગઈ હતી. એમની આ સ્થિતિ કેમ થઈ તે વિશેનું પૂરુ વર્ણન આગળના પૃષ્ઠોમાં કરવામાં આવી ગયું છે. બધા કબીલાઓમાં ખુશીનો માહોલ છવાયો હતો કેમ કે ૧૪મા સંતાન તરીકે રામજી માલોજી આંબેડકરના ઘરે પુત્રનો જન્મ થયો હતો. મહારાષ્ટ્રની પરંપરા મુજબ બાળકનું નામ મહાર સ્વામીએ બાળકને શુભ આશીર્વાદ આપીને ભીમ સકપાલ રાખ્યું.

અન્ય જાતિઓની જેમ રામજી માલોજી આંબેડકરના પૂર્વ જ પણ તેમના દેવી દેવતા જાખાઈ, મોસાઈના ઉપાસક હતા. એ ઉપરાંત તે વેતાલ, મહાસા, બાહરી, માધ્વી, ભારીપાઈ વગેરેનું પૂજન કરતા હતા. ગામના ખૂણામાં દેવી-દેવતાઓના મંદિરો રહેતા હતા. જ્યાં તેમની પૂજા-અર્ચના કરવામાં આવતી હતી.

મહાર જાતિમાં ચોખામેલા નામના એક મહાન સંત થયા હતા. વીર હૃદય હોવાના કારણે તે ભક્તિ ગીતોની રચના કરતા હતા. સમયની સાથે સાથે મહાર જાતિમાં તેમની ભક્તિ રચનાઓનો પ્રભાવ વધતો જ ગયો અને મહારોમાં ભક્તિ ભાવનો ગહન સંચાર થયો. સંતજીના નિર્વાણ થયા પછી પંડરપુરમાં

તેમના સમાધિ સ્થળ પર મંદિર બનાવવામાં આવ્યું. આ મહાર કવિ સંતના મંદિરની આજે પણ એટલી જ બોલબાલા છે. મહાર જાતિના લોકો દૂર દૂરથી તે સમાધિ મંદિરમાં પોતાની શ્રધ્ધાભક્તિ વ્યક્ત કરવા આવે છે અને તે મહાન કવિ સંતને શ્રધ્ધાસુમન અર્પિત કરે છે.

સંત ચોખામેલાના હૃદયને સ્પર્શતા ભજનોથી રામજી માલોજી આંબેડકરનો પરિવાર કેવી રીતે વંચિત રહી શકે. ઘરમાં હંમેશા તેમના ભજનો ગાવામાં આવતા હતા અને તેમનો પરિવાર અવારનવાર દેવી-દેવતાઓની પૂજા કરવા માટે પંડરપુર સમાધિ પર પણ જતો હતો કહેવાય છે કે વ્યક્તિ પર તેના વાતાવરણની સાથે તેના સાથી-સહયોગીઓનો ખુબ પ્રભાવ પડે છે એટલા માટે ધીમે ધીમે બાળક ભીમ સકપાલ ઉપર તેના પરિવારીક વાતાવરણનો પ્રભાવ પડતો ગયો. વીરમદાર સૈનિકને ત્યાં જન્મ થવાના કારણે પિતાની અને મહાર જાતિની વીરતાનું બીજારોપણ ભીમ સકપાલમાં પણ થયું. પિતાના સંઘર્ષશીલ, વિદ્રોહી, આંદોલનકારી લોહીની અસર ભીમ સકપાલમાં થઈ. આમ તો બાળકનું મન કોમળ હોય છે. કોઈપણ ઘટના સંસ્કાર તેની અંદર સરળતાથી ઉંડા ુતરે છે અને કાયમી સ્થાન બનાવી લે છે ઘર અને બહાર પોતાની ચારે બાજુ સંઘર્ષ ભર્યુ વાતાવરણ જોઈ બાળક સકપાલમાં પણ સંઘર્ષની ભાવના મજબૂતાઈ ધારણ કરતી ગઈ.

બાળપણની ઘટના બાળક પર અમીટ છાપ છોડે છે પછી ભલે તે પ્રભાવશાળી ઘટનાઓ હોય અથવા ખરાબ ઘટનાઓ પ્રભાવ તો તેવો કાયમી જ રહે છે. કંઈક ાવુંજ બાળક સકપાલની સાથે માત્ર છ વર્ષની ઉંમરે થયું. એક વખત સકપાલ પોતાના મોટાભાઈની સાથે બળદ ગાડીમાં બેસીને બીજા ગામ જઈ રહ્યો હતો. ગાડીવાળાને તેના આગળ પાછળની કંઈ ખબર ન હતી. કેમકે કોઈનો વર્ણ કે જાતિ તેમના માથા પર રાખેલી હોતી નથી. બાહ્યરૂપ રેખા તો બાધ માનવીની એક સરખી જ હોય છે.

પરંતુ કુદરતને કંઈક જુદુ જ મંજુર હતું. સકપાલ અને તેમના મોટાભાઈની સાથે ગાડીમાં કેટલાક બીજા લોકો પણ હતા. સમય પસાર કરવા તે એકબીજા સાથે વાતો લોકો પણ હતા. સમય પસાર કરવા તે એકબીજા સાથે વાતો કરતા હતા. એમની વાતોમાં સકપાલ અને તેમના મોટાભાઈ મહાર જાતિના હોવાનું રહસ્ય ખુલી ગયું. અચાનક જ ગાડીવાળાનું વલણ સકપાલ અને તેમના મોટાભાઈ માટે ઘણું જ કઠોર બની ગયુ. રૌદ્ર રૂપ ધારણ કરવામાં તેને વધુ સમય ન લાગ્યો. તે ભૂલી ગયો કે તે બંને મહાર અને પીડિત જાતિ-જ્ઞાતિના માસૂમ બાળકો છે. તેમને જાત-પાતથી શું લેવા દેવા. પરંતુ ગાડીવાન તો ગુસ્સામાં આંધળો બની ગયો હતો પળવરામાં જ તેણે બંને માસૂમ બાળકોને

ગાડીમાંથી નીચે ઉતરી જવા કહ્યું. પરંતુ બિચારા ગાડીવાનની મજબૂરી એ હતી કે તે મહાર બાળકોને આભડછેટ લાગવાના ભયથી અડી ન શક્યો. પરંતુ આંખના ડોળા કાઢી ગુસ્સાથી તેમને જોતો રહ્યો. અંતે બાળકોએ ગાડીથી ઉતરી બાકીનો રસ્તો પગપાળા પૂરો કરવો પડ્યો. પગપાળા ચાલવાથી જો થાક લાગ્યો અને રસ્તામાં થયેલા અપમાન આ બંને વાલો બાળક સકપાલના મનમાં ઉંડી છાપ છોડી ગઈ. બંને બાળકોએ આ અપમાનજનક બનાવ પિતાજીને વળગી રડતા-રડતા સંભળાવ્યું તો પિતા રામજી સકપાલના મનમાં આ અપમાનનો બદલો લેવાની ભાવના જાગી.

સ્થિતિનું વિશ્લેષણ કરી પિતાજી એ નિર્ણય પર પહોંચ્યા કે પોતાના પુત્રોને ઉચ્ચ શિક્ષા અપાવી સમાજના એ મુકામ પણ પહોંચાડશે જ્યાં ઉચ્ચ વર્ગના લોકો બિરાજમાન છે. પિતાજીના આ સંકલ્પને પુત્રોને પણ દોહરાવ્યો કે તેઓ ઉચ્ચ શિક્ષા મેળવીને જ રહેશે. કેમ કે ઉંચાઈ સુધી પહોંચવાનો આ એકજ રસ્તો છે.

બાળમન-ગૃહત્યાગ

ભીમરાવ સકપાલના બાળમનને એ ઘટનાએ ખરાબ રીતે જગાડી દીધું હતું. તે જલ્દીને જલ્દી ઉચ્ચ શિક્ષણ ગ્રહણ કરવા માટે તરસ્યા પંખીની જેમ તરફડવા લાગ્યો. એક દિવસ તો તે તરફડાટ પોતાની સીમા ઓળંગી ગઈ અને ભીમરાવ સકપાલ ઘરમાં કોઈને જાણ કર્યા વગર પોતાની બહેનની પાસે મુંબઈ મહાનગર જઈ પહોંચ્યો. તેના હિસાબે ગામના મુકાબલે શહેરમાં ઉચ્ચ શિક્ષણનો સારો અવસર વધારે છે જ અને સાથે જ જાત-પાતનો કોઈ પ્રતિબંધ નથી. મહાનગરમાં ભલા એક સકપાલ મહારને કોણ ઓળખશે.

ભાઈને આવેલો જોઈ બહેનનું મન ખુશીના સાથે આશ્ચર્યથી પણ ભરાઈ ગયું. સકપાલના મુખેથી ગામ છોડીને મુંબઈ ભાગી આવવાનો ઉદ્દેશ જાણીને બહેનનું મન રડી ઉઠ્યું. મહાનગરના હિસાબે તો હાથીના દાંત ચાવવાના અને દેખાડવાના જેવા હતા. તે પોતે એક મહાનગરના સમાજ રહીને ઉંચ-નીચની પીડા ભોગવી રહી હતી. મહાનગરની આ વિષમ સ્થિતિને બહે ભાી સકપાલને બતાવવા માટે પોતાને અસમર્થ માનતી હતી. તેને ભય હતો કે ક્યાંય તેનો ભાઈ તેની વાતનો બીજો જ મતલબ ન કાઢે.

બહેને ભાઈને સાંત્વના આપતા એ જ વિચાર કર્યો કે થોડા દિવસ સકપાલને અહીંયા રહેવા દેવામાં આવે. જલ્દી તેને પોતાને જ મહાનગરની અસલિયતની જાણ થઈ જશે. પછી ઝડપથી થયું પણ એવું જ ઉચ્ચ શિક્ષણ મેળવીને ઉંચા બનવાનું સકપાલનું આ દિવ્ય સ્વપ્ન ચકનાચુર થઈ ગયું. તે દિવસે સકપાલ ચા

પીવાના ઈરાદથી એક દુકાને જઈ બેઠો. અજાણ્યા દેખાતા આ બાળકને દુકાનના માલિકે તેના અંગે પુછ્યું.

પરદેશમાં કોઈના સહજ ભાવથી પુછવાથી બાળકે પણ દુકાનદારને પોતાનું નામ, કામ તથા વતન વગેરે સાચે-સાચુ બતાવી દીધુ કે તે પોતે મુંબઈમાં ઉચ્ચ શિક્ષણ પ્રાપ્ત કરી. સમાજમાં ઉચ્ચ આસન પર બિરાજવાના ઈરાદાથી ઘરેથી ભાગીને પોતાની બહેન પાસે આવ્યો છે, જેવુ તે દુકાનદારે જાણ્યું કે સકપાલની જાતિ મહાર છે. તો તેમણે સકપાલની ખરાબ રીતે ખીજાઈને એ રીતે ભગાડ્યો કે તે કીચડમાં જઈને પડ્યો.

આ હૃદય દ્રાવક ઘટનાનો સકપાલના બાળ મન પર શું પ્રભાવ પડ્યો હતો, તેનું અનુમાન જરાપણ સંભવ નથી કે આવી કેટલીય ઘટનાઓ તેના બાળજીવનમાં બનેલી હતી.

★★★

૩

આંબેડકરનું શિક્ષણ

રામોજીની સૂબેદારી જતી રહી. કહેવાનો મતલબ છે કે તેમને સેવા નિવૃત્તિ મળી ચુકી હતી. મહુ છાવણીમાં તેમનું કોઈ બાપદાદાનું મકાન તો હતું નહી પછી નોકરીમાંથી રિટાયર થવાથી સરકાર દ્વારા મળેલું મકાન પણ છોડવાનું હતું. તે પરિવાર સાથે મહારાષ્ટ્રના કોંકણ ક્ષેત્રમાં દયોલી આવી ગયા. આમાં વચ્ચે મુંબઈમાં કોઈ ઉચ્ચતર શિક્ષણનો કોઈ યોગ્ય પ્રબંધ ન થવાથી ભીમ સકપાલ પણ પાછા આવી ગયા હતા. રામોજીની સમસ્યા હતી પરિવારનું પાલન-પોષણ જેના માટે કમસે કમ એક સારી નોકરીની જરૂર હતી. સતત પ્રયાસ છતા પણ તેમને દયોલીમાં કોઈ નોકરી ન મળી ત્યારે તેમણે સતારા જવાનો નિર્ણ કર્યો. સતારામાં તેમને નોકરી માટે ઘણી મુશ્કેલીઓનો સામનો કરવો પડ્યો, સૌથી મોટી મુશ્કેલી એ હતી કે રામોજીની જમા પુંજી ધીમે ધીમે ખલાસ થઈ રહી હતી. સકપાલને સ્કુલમાં ભરતી કરાવવાની ઈચ્છામાં ભીમાબાઈને પણ હતી. આ બાજુ શર્માજી પણ પોતાના બાળકોને ઉચ્ચ શિક્ષણ અપાવીને સમાજમાં ઉચ્ચ સ્થાન પર બીરાજવાની પોતાની પ્રતિજ્ઞામાં દૃઢ હતા.

દૃઢ સંકલ્પ કરનાર વ્યક્તિની સમસ્યાઓનું સમાધાન પણ જરૂર થઈ જાય છે. છેવટે રામોજીનો પરિચય એક કંપનીના માલિક સાથે થઈ ગયો. રામોજીએ તેમને પોતાની સમસ્યા સંભળાવી. તો તે ભલા માણસે રામોજીને કહ્યુ, ‘‘તમે તો સેનામાં સુબેદાર રહી ચુક્યા છો, ચોક્કસ ત્યાં તમને સારો પગાર પણ મળતો હશે, નોકરી તો હું તમને આપી શકું છું. પરંતુ એટલો પગાર આપવાનું મારી મર્યાદા બહારનું છે. ઠીક લાગે તો તમારી નોકરી પાકી સમજો.’’

રામોજી કેવી રીતે મનાઈ કરી શકતા હતા. તેમને તો પરદેશમાં જલ્દીથી કોઈ આશ્રયની શોધ હતી અને એ વાતથી તો તે સારી રીતે પરિચિત હતા

કે સુબેદારી જેવી નોકરી તથા એટલો પગાર માત્ર સેનાની નોકરીમાં જ મળી શકે તેમ હતો. પરંતુ તે તો એ પદ પરથી તો રિટાયર થઈ ચુક્યા હતા. હવે તો સાધારણ કંપનીમાં જ તથા સાધારણ પગારમાં જ સંતોષ માનવો પડશે, જો કે તેમણે નોકરી માટે હા પાડી દીધી. ૪૦ રૂપિયા દર મહિને પગાર નક્કી કરવામાં આવ્યો હતો. જે રામોજીને માન્ય હતો. માન્યા સિવાય તેમની પાસે અન્ય કોઈ વિકલ્પ પણ ન હતો. સવારે આઠથી સાંજે છ વાગ્યા સુધી રામોજી કંપનીમાં ચોકીદારી કર્યા કરતા હતા.

સતારામાં આવી સકપાલનું નામ બદલવામાં આવ્યું હવે તેમને ભીમરાવ રામોજીના નામથી ઓળખવામાં આવ્યા. સાથે જ તેમને શાળામાં ભરતી કરાવવાના પ્રયાસ પણ થવા લાગ્યા. અલગ-અલગ શાળાઓના ચક્કર કપાવા લાગ્યા. દરેક શાળામાંથી તેમને એક જ જવાબ મળતો હતો કે, ''મહારોને અમારે ત્યાં પ્રવેશ આપવામાં આવતો નથી.'' રામોજીએ હિંમતથી કામ લીધુ. તે અલગ-અલગ શાળાઓમાં ફરતા રહ્યા અંતે રાજકીય વનાક્યુલર સ્કૂલમાં પ્રધાનાચાર્યને રામોજીરાવ પર દયા આવી ગઈ તેમણે ભીમરાવને પ્રવેશ આપવાનું સ્વીકારી લીધું. ભીમરાવમાં ભણવાની ધગશ તો હતી જ. એથી તેમણે પણ મન દઈને ભણવાનું શરૂ કરી દીધું. પરિણામે તે ન કેવળ પ્રધાનાચાર્ય પરંતુ બીજા શિક્ષકોની દ્રષ્ટિમાં પણ એક મેધાવી છાત્ર તરીકે આગળ આવ્યા. રામોજીની ગૃહસ્થીની ગાડી હવે કંઈક સમતળ ભૂમિ પર ચાલવા લાગી હતી. નોકરી મળી જવાથી રહેવા અને જમવાની ચિંતા ન હતી. ભીમરાવને શાળામાં પ્રવેશ મળી ગયો હતો અને તે મન લગાવીને ભણી પણ રહ્યા હતા. ત્યાં રામોજીના ધર્મપત્ની ભીમાબાઈ બીમાર પડી ગયા અને વૈદ્યના અનેક પ્રયાસો છતા ભીમાબાઈનો રોગ ઝડપથી આગળ વધી રહ્યો હતો. એક મહિનાથી પણ વધુ સમય સુધી તે પથારીવશ રહ્યા અને અંતે નિધન થયું. રામોજી પર એક વધુ મુસીબતનો પહાડ તૂટી પડ્યો. ભીમરાવનું તો જાણે કે હ્રદય જ તૂટી ગયું હતું.

રામોજીને ઘરગૃહસ્થી સંભાળવી મુશ્કેલ બની ગઈ હતી. સવારે જલ્દી નોકરી પર જવું સાંજે ઘરે આવવું પરંતુ મજબૂરીવશ તેને બધુ કરવું પડ્યું. સાંજે થાકીને ઘરે પહોંચી બાળકો અને પોતા માટે ભોજન બનાવતા. રાતના ભોજનમાંથી સવાર માટે કેટલુક બચાવીને રાખતા કેમકે સવારે ભોજન બનાવવાનો સમય મળી શકતો ન હતો. ભીમરાવ રાતના ભોજનને જ સવારે ખાઈને સ્કૂલે જતા હતા. બધા લોકો આ અલ્પાહારથી જ કામ લાવતા હતા પછી સાંજે પિતા રામોજી સાથે બધા ભરપેટ જમતા હતા.

ભીમરાવ અડધા ભૂખ્યા સ્કૂલે જતા પરંતુ ભૂખના કારણે થતી તકલીફ તેમનાથી સહન થતી ન હતી તેમણે પિતાજીને આ તકલીફ જણાવી. પિતા

રામોજીએ કહ્યું તે સવારે જ તેના માટે રોટલી બનાવી રાખતા જશે તે ઘરે આવીને ખાઈ લે. ભીમરાવે રિસેસમાં આવી રોટલી ખાવાનું શરૂ કર્યુ જેનાથી તેમના પેટની આગ તો ઠરી પણ રીસેસ પછી સ્કૂલ મોડા પહોંચવાના કારણે અવારનવાર પ્રધાન અધ્યાપકના ગુસ્સાનો તેમને સામનો કરવો પડતો હતો. પ્રધાન અધ્યાપક તેની આ હરકતથી તંગ આવી તેને સ્કૂલમાંથી કાઢી મૂકવાનું કહેતા હતા. ભણવામાં હોંશિયાર હોવાના કારણે ભીમરાવ દર વર્ષે પરીક્ષામાં સારા માર્ક્સ સાથે પાસ થતા હતા એટલા માટે પ્રધાન અધ્યાપકને પણ પ્રેમ હતો. તેમણે ભીમરાવને દિવસનું ભોજન પોતાને ત્યાં કરવા કહ્યું. આ રીતે ભીમરાવના દિવસના ભોજનની સમસ્યા ઉકેલાઈ. સાથે જ તેમણે પ્રાથમિક પરીક્ષા પણ પાસ કરી લીધી.

રાજકિય વિદ્યાલયમાં જ્યાં પ્રધાન અધ્યાપક જેવા વ્યક્તિ હતા તો બીજા અધ્યાપકો જેવા સરાહનીય વ્યક્તિઓ પણ હતા. જે ભૂલથી પણ ભીમરાવને જોઈ પ્રશ્ન પૂછે તો તેને પોતાનાથી દૂર ઉભા રહીને જ પ્રશ્નનો જવાબ આપવાનું કહેતા. તેમનો આ દુર્વ્યવહાર બિલકુલ એવો જ હતો જેવી રીતે કોઈ ભયાનક રોગના ભોગ બનેલા દર્દી સાથે કરવામાં આવે છે. તેમની સાથે ખાસ અંતર રાખીને જ વાત કરવામાં આવે છે. તેમજ રોગના કિટાણુથી બચવા માટે મોં પર કાપડ બાંધવામાં આવે છે. એટલું જ નહીં પાણી પીવા માટે પણ આંબેડકરને ખરાબ રીતે અપમાનિત થવું પડતું હતું. બ્રહ્માંડ નાયક જેણે આ ધરતી પર સૂર્ય દ્વારા પડનારો પ્રકાશ અને નદીઓમાં વહેતા પાણી, મંદ-મંદ વહેતી કરવા વગેરે જીવનદાયી શક્તિઓ બધા માટે એક સમાન બનાવી છે એમ આપણા શાસ્ત્ર અને શાસ્ત્રોના જ્ઞાતા કહે છે.

પરંતુ કોણ જાણે કેટલીયવાર ભીમરાવને પોતાની વરસ ઘરે આવીને જ છીપાવવી પડતી હતી. કેમકે મહારોને નળ અને કુવાને અડવાનો અધિકાર ન હતો. એટલું જ નહીં ઉચ્ચ જાતિના વિદ્યાર્થી તેમની સાથે બેસવા દેતા ન હતા. તેમને ભય હતો કે ભીમરાવનો પડછાયો પણ પડતો તો તે પણ અશુધ્ધ બની જશે. એમને બધાથી અલગ વર્ગમાં એક ખૂણામાં બેસાડવામાં આવતા હતા અને એ માસૂમને જમીન પર બેસવું પડતું હતું કેમકે જમીન પર બેસવા માટે જે આસન મળતુ હતું તે સ્કૂલથી મળતુ હતું પણ ભીમરાવને આપવામાં આવતું નહતું. પણ શિક્ષણની ધૂનમાં પાકા ભીમરાવ પર આવી કોઈ અસર પડતી ન હતી. તે જમીન પર બેસવા માટે એક જૂના કંતાનનો ટુકડો પોતાની સાથેજ સ્કૂલે આવવા લાગ્યા અને પૂરા પ્રયાસ સાથે ભણવા લાગ્યા. પરંતુ કુદરતને કંઈ અલગ જ મંજૂર હતું. કષ્ટ કોઈને કોઈ રીતે તેના ઘરનું સરનામું શોધી લેતા હતા. વેપારમાં ખોટ જવાના કારણે રામોજીની કંપનીના માલિકને કંપની બંધ

કરવી પડી. પરિણામે રામોજીના પરિવારનું ભરણપોષણ અને તેમના ઉચ્ચ શિક્ષણનો એકમાત્ર સહારો એટલે કે નોકરી પણ જતી રહી. નોકરી તો તેમની સેનાવાળી પણ છૂટી હતી પણ હવે પરિસ્થિતિ કંઈક અલગ હતી તે વૃધ્ધ થઈ ચૂક્યા હતા. પત્નીના અવસાનથી તે પહેલેથી જ તૂટી ગયા હતા. નોકરી જતી રહેવાથી તે વધુ ચિંતામાં મૂકાઈ ગયા. આ તરફ ભીમરાવ પણ પ્રાથમિક શિક્ષણ પૂરુ કરી માધ્યમિક શિક્ષણમાં પ્રવેશ મેળવવાની રાહ જોઈ રહ્યા હતા. ભીમરાવ એક પ્રમાણિક હોંશિયાર વિદ્યાર્થી હતા. મુશ્કેલી એ હતી કે રામોજીની આર્થિક સ્થિતિ ખૂબજ ખરાબ હતી. પગાર જે આવતો હતો તે ઘર ચલાવવામાં ઓછો પડતો હતો બાળકોના ભવિષ્ય માટે કંઈક બચત કરવા અંગે વિચારવું જ અશક્ય હતું. પણ ભીમરાવને માધ્યમિક શિક્ષણમાં પ્રવેશ કરાવવો પણ ખૂબ જરૂરી હતું અંતે તે તેના ભવિષ્યનો સવાલ હતો. બહુ વિચાર્યા પછી રામોજી કર્જ લેવા શાહુકારની પાસે પહોંચી ગયા. શાહુકારે કર્જ આપવાની તો ના ન પાડી પરંતુ કેટલાક સોનાના ઘરેણા, દાગીના ગિરવે રાખવાનું કહ્યું. 40 રૂપિયે મહીને પગારની ચોકીદારની નોકરી કરવાવાળા રામોજી સોનાના દાગીના ક્યાંથી લાવે? ત્યાં તેમના ધ્યાનમાં આવ્યું કે તેમની પાસે પિત્તળની એક મોટી પરાત પડી છે. શાહૂકારે એ પિત્તળની પરાત ગિરવે રાખીને તેમને પચાસ રૂપિયા આવ્યા. સાથે જ એક વર્ષમાં વ્યાસ સાથે રકમ નહી આપવામાં આવે તો એ પરાત તેની થઈ જશે તેવી શરત રાખી લખાણ કરાવ્યું. રામોજી 50 રૂપિયા લઈ ઘરે ચાલ્યા ગયા.

બીજા દિવસે રામોજી ભીમરાવને લઈ સતારાની એલ ફિર્સ્ટન હાઈસ્કૂલ ગયા. અહીં બહુ સરળતાથી ભીમરાવને પ્રવેશ મળી ગયો હતો. મહારાષ્ટ્રની પરંપરા મુજબ પ્રધાનાચાર્યે તેમના નામ ભીમરાવની સાથે આંબેડકર પણ જોડી દીધુ હવે પ્રમાણપત્રમાં તેમનું નામ પિતાજીના નામ સાથે જોડાવાના કારણે ભીમરાવ રામોજી આંબેડકર બની ગયું અને સકપાલ હંમેશા માટે દૂર થઈ ગયું. ભીમરાવના નામની સાથે આંબેડકર તો જોડાઈ ગયું પણ તેની સાથે લાગેલી મહાર જાતિની છાપે તેમનો પીછો છોડ્યો ન હતો. આ જ કારણે તેમને ડગલે ને પગલે દલિત તરીકે અપમાનિત થવું પડતું હતું. આ બધી ઘટનાઓએ તેમના મનમાં ઉંડો પ્રભાવ પાડ્યો. પણ ઉચ્ચ શિક્ષણ મેળવવા માટે વચનબધ્ધ ભીમરાવને આ ચૂપચાપ સહન કરવું પડ્યું.

સતારાની એલ ફિર્સ્ટન હાઈસ્કૂલમાં પણ આ કુશાગ્ર બુધ્ધિવાળા મેધાવી છાત્રે ધૂમ મચાવી દીધી. અધ્યાપકોને આ બાળક સામાન્ય વિદ્યાર્થીઓથી

અલગ અને વિલક્ષણ લાગ્યો. આ જ કારણથી અધ્યાપક ભીમરાવના અભ્યાસમાં રસ લેવા લાગ્યા. આ છાત્ર ચોક્કસ ખુબ પ્રગતિ કરશે એવો અધ્યાપકોનો પણ મત હતો તે તેને અભ્યાસમાં શક્ય તેટલી મદદ કરવા લાગ્યા. પરિણામે 1908માં ભીમરાવે હાઈસ્કૂલ ફસ્ટ ક્લાસ સાથે પાસ કરી.

વિવાહ

જે સમયમાં ભીમરાવ રામોજી આંબેડકર આ ધરતી પર સદેહ હાજર હતા તે સમયે છોકરા-છોકરીઓના વિવાહ નાની ઉંમરમાં જ કરી દેવામાં આવતા હતા બાળકો માટે વિવાહની ઉંમર 16 વર્ષ નક્કી કરવામાં આવી હતી. ક્યાંક-ક્યાંક આ ઉંમર દસથી બાર વર્ષ નક્કી કરવામાં આવી હતી. છોકરીઓની તો વાત જ શું કરવી? છ વર્ષથી લઈ 12 વર્ષની ઉંમર સુધીમાં કોઈપણ સ્થિતિમાં તેમના વિવાહ કરી નાખવામાં આવતા હતા. આ પ્રથા માત્ર મહારોમાંજ નહીં આખા ભારતમાં બધી જાતિઓમાં પ્રચલિત હતી. રામોજી આ વ્યવસ્થાથી કેવી રીતે અલગ રહી શકે?

1906માં રામોજીએ ભીમરાવ સાથે કોઈ ચર્ચા કર્યા વગર જેમ એ સમયમાં થતું હતું. ભીમરાવના શુભ વિવાહ પણ ભીખુ બાલ શંકરની સુપુત્રી સૌભાગ્ય કાંક્ષિણી રમાબાઈ સાથે કરાવી દીધા હંમેશા જોવામાં આવ્યું છે કે, નાની ઉંમરમાં વિવાહ થઈ જવાથી કિશોર-કિશોરીઓ તેનો વાસ્તવિક અર્થ સમજી શકતા નથી અને એકબીજાના મોહજાળમાં ફસાઈને રહી જાય છે જે ઉંમર ભણવાની હોય પોતાનું ભવિષ્ય બનાવવાની હોય એ ઉંમરનો મોટાભાગનો સમય એકબીજા સાથે વિતાવી સમય બરબાદ કરે છે.

ભીમરાવ રામોજી આંબેડકર એ સાધારણ કિશોરોમાંથી ન હતા. તેમના જીવનનું ઉદ્દેશ્ય તો ઉચ્ચ શિક્ષણ મેળવી સમાજમાં સન્માન સાથે જીવન પસાર કરવાનું હતું. કિશોર હોવા છતાં પણ ભીમરાવ લક્ષ્યથી ન હટ્યા. પિતાની આજ્ઞા સાથે લઈ વિવાહ કરવાનું યોગ્ય માન્યું પણ પોતાના અભ્યાસમાં કોઈ વિઘ્ન આવવા ન દીધું. વિવાહના બે વર્ષ પછી મેટ્રીકની પરીક્ષામાં ફસ્ટ ક્લાસ પાસ થયા એનાથી આપણે જાણી શકીએ છીએ કે ભીમરાવ પોતાના લક્ષ્ય માટે કેટલા સમર્પિત હતા.

વિવાહ થઈ ગયા બાદ ઘરની તમામ જવાબદારી તેમના પત્ની રમાબાઈએ પેતાના ખભા પર ઉપાડી લીધી હતી, જેનાથી વૃધ્ધ રામોજીને આરામ મળ્યો. કષ્ટો અને ચિંતાઓએ તેમને વધુ નબળા કરી નાખ્યા હતા પરંતુ હા, પુત્રવધુ ઘરે આવી જવાની ખુશી એ તેના ચહેરા પર ચિંતાઓને કારણે ખંચાઈ આવેલી.

આડી ઉભી. રેખાઓને જરૂર હલકી કરી દીધી હતી. પરંતુ તેમણે એ વાતનું ધ્યાન પણ રાખ્યું કે પુત્રના શિક્ષણમાં કોઈ અડચણ ન આવે. આ કારણે જ લગ્નના છ વર્ષ સુધી આંબેડકર દંપત્તિને ત્યાં નવજાત બાળકની કિકિયારી સાંભળવા ન મળી.

વડોદરાના મહારાજની કૃપા

મેટ્રિકમાં ઉત્તીર્ણ થયા પછી ભીમરાવ રામોજી આંબેડકરના આગળના ભણતરની ચિંતા થવા લાગી, કારણકે અત્યારે તેમની સામે કોઈ માર્ગ ન હતો. કોઈપણ રીતે ઘર તો ચલાવી રહ્યા હતા. પરંતુ કોલેજના ભણતર માટે વધારાના ધનની જરૂરિયાત હતી અને ઘરમાં કોઈપણ કમાતુ ન હતું.

સાચો મિત્રતો એ જ છે જે પોતાના સાથીની પરેશાનીને મુશ્કેલીઓને તેની દ્રષ્ટિથી જ સમજી જાય. એવો જ એક મિત્ર ભીમરાવ રામોજી આંબોડકરનો હતો. જેનું હતું કેલુસ્કર. ભીમરાવે કંઈ જ ન કહેવા છતા પોતાની પરેશાની છુપાવવામાં અસમર્થ રહ્યા. કેલુસ્કરના પુછવા છતા પણ પહેલા તો ભીમરાવ ટાળી ગયા. તે પોતે પણ નીચલી જાતિના હતા પરંતુ ઈસાઈ ધર્મમાં પરિવર્તિત થવાને કારણે તેની સ્થિતિ થોડી સારી હતી અને તે ભીમરાવની સમસ્યામાં વ્યક્તિગત રૂપે મદદરૂપ મદદરૂપ થઈ શકે તેમ નહતા.

ખુબ વિચાર્યા પછી કેલુસ્કરને ભીમરાવની મુશ્કેલીનું સમાધાન સુજ્યુ. તેમણે ભીમરાવને વડોદરાના મહારાજા સયાજીરાવ મળવાની સલાહ આપી અને એ પણ કહ્યું કે તે ઘણા જ દયાળુ અને મદદ કરવાવાળા વ્યક્તિ છે. જો તું કોઈ પણ પ્રકારે તેને મળી શકે તથા તેમની સામે તારી સમસ્યાને સફળતાપૂર્વક રાખી શકીશ તો તારૂ કાર્ય સિધ્ધ થઈ શકે છે. કારણકે હું જાણુ છું મહારાજ ગાયકવાડની સમજમાં જો તારી સમસ્યા આવી ગઈ તો જે પણ યોગ્ય સહાયતા તેમનાથી થઈ શકશે તેને જરૂર કરશે.

ભીમરાવ ભલા આ સોનેરી સલાહને કેવી રીતે ઠુકરાવી દે. છેવટે એક માત્ર ઉપાય હતો ઉચ્ચ શિક્ષણ મેઠળવવાનો. તે મહારાજા સયાજીરાવની સામે એન-કેન રીતે પહોંચી ગયા અને પોતાની દારૂણ કથા વિસ્તારથી મહારાજને કહી સંભળાવી કોઈ રાજ્ય કે રજવાડાનો મહારાજ કોઈ એમજ નથી બની જતું. તેનામાં વ્યક્તિ વિશેષને પારખવાની તથા વિશ્લેષણ કરવાની ખાસ ક્ષમતા હોય અને મહારાજ ગાયકવાડે પણ પોતાની ખાસ ક્ષમતા હોય છે. અને મહારાજ ગાયકવાડે પણ પોતાની આ વિશિષ્ટ ક્ષમતાનો પ્રયોગ કરી સમસ્યાને સમજ્યા અને ભીમરાવને કોલેજમાં પ્રવેશ લેવા માટે કહ્યું. મહારાજએ પોતે પ્રવેશની વ્યવસ્થા કરી. જ્યાં સુધી તુ ભણા ઈચ્છે હું માસિક ૨૫ રૂપિયા

છાત્રવૃત્તિ તને આપતો રહીશ તેમણે એવું પણ કહ્યું.

વડોદરાના મહારાજ સયાજીરાવ ગાયકવાડની દયાળુપણાની આગળ ભીમરાવ રામોજી આંબેડકરનું માથુ શ્રધ્ધાથી ઝુકી ગયું. તેમને લાગ્યુ કે જ્યાં સુધી આવા ભલા માણસો પૃથ્વી પર છે, માણસાઈ મીટાવી શકાય નહીં કોલેજમાં પ્રવેશ વગેરેમાં થનારા ખર્ચના રૂપિયા સો મહારાજ પાસેથી મેળવી તે પાછા આવી ગયા.

સહપરિવાર મુંબઈ જઈને રહેવા લાગ્યા તથા મુંબઈની કોલેજમાં પ્રવેશ પણ લઈ લીધો. ડીસેમ્બર 1912 માં જ તેમની ધર્મપત્નિ રમાબાઈએ પ્રથમ પુત્રને જન્મ આપ્યો. પુત્રનું નામ યશવન્ત રાવ રાખવામાં આવ્યું.

શિક્ષણ અંગે તો કોઈ સવાલ જ ઉભો થતો ન હતો. 1912 માં જ ભીમરાવે મુંબઈ વિશ્વ વિદ્યાલયમાંથી સ્નાતકની પરિક્ષા પમ પાસ કરી. શિક્ષણ માટે દૃઢ નિશ્ચય તથા સતત મળતી સફળતાએ ભીમરાવના ઉચ્ચ શિક્ષણ મેળવવાની ઈચ્છાને વધારે બળવત્તર બનાવી દીધી. પરંતુ ઘરના સંજોગો તેની આજ્ઞા આપતા ન હતા. વૃધ્ધ પિતા તથા ઘરની દયનિય હાલતને જોઈને ભીમરાવે નોકરી કરવાનો નિશ્ચય કર્યો. જ્યારે વૃધ્ધ પિતા સુધી વાત પહોંચી તો તેમણે ભીમરાવને કહ્યું.

'કેવી નોકરી કરીશ તું ?'

'સેનાની નોકર.'

પિતાએ કહ્યું, ''જો નોકરી કરીશ તો ઉચ્ચ શિક્ષણનું શું થશે?''

પુત્રએ કહ્યુ, ''નોકરી વગર આગળ ભણવું શક્ય નથી. હું બી.એ. પાસ છું આથી મને સારી નોકરી પણ મળી જશે અને નોકરી કરતા હું પ્રાઈવેટ એમ.એ. પણ કરી લઈશ. તમે નિશ્ચિંત રહો હું ઉચ્ચ શિક્ષણ પ્રાપ્ત કરીને જ રહીશ.''

પિતા રામોજીએ આવા પિતૃભક્ત તથા દૃઢ નિશ્ચયી પુત્ર પર મનમાં ઘણો જ ગર્વ થયો અને તેમણે ભીમરાવને નોકરીની અનુમતિ આપી દીધી.

★★★

૪

સેનામાં ભરતી

સેનામાં ભરતી થવા માટે ભીમરાવ સીધા સેનાના ભરતી કાર્યાલય જઈ પહોંચ્યા. શારીરિક તથા બૌધ્ધિક સ્તર પર લેવામાં આવેલી. પરીક્ષામાં સફળ થઈને તેમણે સેનામાં લેફ્ટનન્ટના પદનો કાર્યભાર સંભાળ્યો અને તેમને વડોદરા રાજ્ય જવાની આજ્ઞા આપવામાં આવી. ભીમરાવની ખુશીનો કોઈ પાર ન રહ્યો. જે રાજ્યના મહારાજની કૃપાથી તે બી.એ.ની પરીક્ષા પાસ કરી શક્યા હતા. આજે તેજ રાજ્યની સેવાનો સોનેરી મોકો મળી રહ્યો હતો. વડોદરા પહોંચીને તેમણે પોતાનો કાર્યભાર સંભાળ્યો.

ફેબ્રુઆરી 1913માં એક દિવસ ભીમરાવને એક તાર મળ્યો. જેમાં તેમના પિતા રામોજીની હાલત ચિંતાજનક બતાવવામાં આવી હતી અને તેમને તરત જ ઘરે પાછા ફરવાનું કહેવામાં આવ્યું હતું. ભીમરાવ રજા મેળવવા માટે પ્રાર્થના પત્ર લઈને પોતાના સિનિયર અધિકારી પાસે ગયા અને રજા માટે વિનંતી કરી, પરંતુ સીનિયર અધિકારીએ ચોખ્ખો ઈનકાર કરતા કહ્યુ કે સેનાના કાનુન પ્રમાણે તેમને એક વર્ષ સુધી રજા મળી શકે નહીં.

એક તો મુશ્કેલીથી મળેલી નોકરી. હતો બીજી તરફ બીમાર વૃધ્ધ પિતા હતા. ભીમરાવ માટે દુવિધા ભરેલી પરિસ્થિતિ હતી. સાથે જ સીનિયર ઓફિસર કાનુનના પિંજરામાં કદ હતો. તે ભીમરાવને રજા આપી શકે તેમ નહતો. મજબુર ભીમરાવે નોકરી છોડી દેવાનો નિશ્ચય કર્યો અને ત્યાગ પત્ર સિનીયર ઓફીસરને આપીને ભીમરાવ વૃધ્ધ પિતાની સેવામાં હાજર થઈ ગયા. ડોક્ટરની ચિકિત્સા પણ કોઈ ખાસ મદદ ન કરી શકી તે રામોજીની આત્માની શાંતિ માટે ઈશ્વર પાસે પ્રાર્થના કરવાની ઘડી હતી. ભીમરાવને પિતાની મોતનો ઝટકો લાગ્યો અને આંસુઓ ભરી આંખોમાં અચાનક જ

સંતાન માટે પોતાનું સર્વસ્વ લુંટાવી દેનારા પિતાની છબી આવી ગઈ. પરંતુ શું થઈ શકે, મૃત્યુ તો સૌથી મોટી સચ્ચાઈ છે જે પણ આ પૃથ્વી પર જન્મ લેછે, ક્યારેક ને ક્યારેક તો તેને મરવું જ પડે છે. કદાચ આવુ વિચારીને ભીમરાવે પોતાને સંભાળ્યા અને આજીવિકા સંભાળી લીધી.

★★★

૫

અમેરિકા પ્રસ્થાન

એકવાર ફરીથી ભીમરાવને મિત્ર કેલુસ્કરે મદદ કરી. તેણે ફરીથી મહારાજ ગાયકવાડ પાસે જઈને તેમની પાસે મદદ માંગવાની સલાહ આપી. મહારાજના પદ પર આરૂઢ વ્યક્તિનું સ્મૃતિ સ્તર એક સામાન્ય માણસના મુકાબલે વધારે સુદઢ હોય છે, તેમણે પહેલી જ નજરમાં ભીમરાવને ઓળખી લીધા અને તેમને આવવાનું કારણ પુછ્યુ તો ભીમરાવે કહ્યું કે ઉચ્ચ શિક્ષણ માટે હું અમેરિકા જવા ઈચ્છું છું શું તમે તેમાં મારી મદદ કરશો ? ભીમરાવની ઉચ્ચ શિક્ષણ પ્રાપ્તિ માટે દઢ ઈચ્છા શક્તિનું જ ફળ હતું કે તે મહારાજને મળે તે પહેલા જ તેઓ કેટલાક વિદ્યાર્થીઓને અમેરિકા મોકલવાની યોજના બનાવી રહ્યા હતા. તેમણે પણ ભીમરાવનું નામ તે વિદ્યાર્થીઓની યાદીમાં સામેલ કરી દીધું. સાથે જ એક કરારનામા પર પણ સહી કરાવી, જેમાં લખ્યું હતું કે શિક્ષણ પુરૂ થયા પછી તેમણે સ્વદેશ પાછા ફરી દસ વર્ષ સુધી વડોદરાની સેવા કરવી પડશે.

ભીમરાવને આ શર્ત માટે કોઈપણ વાંધો ન હતો. કારણકે તે તો રાજીનામા પહેલા પણ સેનામાં ભરતી થઈને વડોદરા રાજ્યની સેવા કરી જ રહ્યા હતા. જુન ૧૯૧૩ માં ભીમરાવ દરિયાઈ જહાજમાં બેસીને અમેરિકા માટે રવાના થયાં.

જુલાઈ ૧૯૧૩ માં તેમણે કોલિમ્બિયા વિશ્વ વિદ્યાલયમાં પ્રવેશ મેળવી લીધો અને રાજનીતિ શાસ્ત્ર, માનવ વિજ્ઞાન, દર્શન શાસ્ત્ર, ઈતિહાસ, સમાજ વિજ્ઞાન અર્થશાસ્ત્રના શિક્ષણનો ઉંડાણથી અભ્યાસ શરૂ કર્યો. અહીંયા દરિયાઈ જહાજ તેમને ઘણા ફાવી ગયા સાથે જ તેમને અહીંયાનો સામાજીક વ્યવહાર પણ અનુકુળ લાગ્યો, કારણકે અહીંયા ઉંચ-નીચ, ભેદભાવ જેવી કોઈપણ વાત ન હતી. બધા એકબીજા સાથે હળીમળીને રહેતા હતા. અહીં પણ તેમણે પોતાની અભ્યાસવૃતીનો પરિચય આપ્યો. તેઓ પોતાનો મોટાભાગનો

સમય ભણવામાં જ પસાર કરતા હતા. કોઈ મિત્ર પુછતો કે તમે આટલુ બધુ વાંચો છો કેમ? ભીમરાવ કહેતા કે ભારતથી આટલો દુર બીજા દેશમાં હું ભણવા માટે જ આવ્યો છું અને પાછા ફરતી વખતે હું ખાલી હાથે જવા ઈચ્છો નથી. આ ટુંકાગાળામાં હું વધારે ને વધારે જ્ઞાન ગ્રહણ કરી લેવા ઈચ્છું છું.

ભીમરાવને આ વાતથી અન્ય ભારતીય વિદ્યાર્થી જે આ જ વિશ્વ વિદ્યાલયમાં ભણી રહ્યો હતો તે ઘણો જ પ્રભાવિત થયો. એટલું જ નહીં તે વિદ્યાર્થી નવલ ભેટના એ તેમને હોસ્ટેલના પોતાના રૂમમાં રહેવાનું નિવેદન પણ કર્યું. કહ્યું કે જો તમે મારી સાથે રહોશો તો વાંચવામાં એકબીજાનો સારો સહયોગ મળશે. જ્યારે નવલ ભેટના પોતે પણ પ્રથમ કક્ષાનો વિદ્યાર્થી હતો. વિશ્વ વિદ્યાલયના અધ્યાપકો પમ તેની ઘણી પ્રશંસા કરતા હતા, પરંતુ ભીમરાવના પ્રભાવશાળી અભ્યાસ શીલ સ્વભાવે તેમને મજબુર કરી દીધા કે તે આંબેડકરને પોતાના ઓરડામાં રહેવા માટે નમ્ર નિવેદન કરે. ઝડપથીનવલ ભેટના અને આંબેડકરમાં સારી મિત્રતા થઈ ગઈ હતી. જેમ કે એક જ સ્વભાવના બે વ્યક્તિઓ વચ્ચે થઈ જાય છે. ભીમરાવનો અભ્યાસ જોરશોરથી ચાલી રહ્યો હતો. ક્યારેક કોઈ મિત્ર ક્યાંય ફરવા જવા માટે આગ્રહ કરતો તો તે હસીને ટાળી દેતા અને કહેતા કે હું અહીંયા ફરવા કે ઘુમવા માટે નથી આવ્યો, મારે કોઈપણ કિંમતે મારા સ્વર્ગીય પિતા તથા મારા પોતાના ઉચ્ચ શિક્ષણ મેળવવાના સ્વપ્નના સંકલ્પને પુરો કરવાનો છે.

ઈ.સ.1915માં કોલંબિયા વિશ્વવિદ્યાલયમાંથી તેમણે અર્થશાસ્ત્ર તથા સમાજ શાસ્ત્રની ડીગ્રી પ્રથમ શ્રેણીમાં પાસ કરી લીધી હતી. આ બધુ તેમના સતત અભ્યાસ, અથાક પ્રયત્નનું જ પરિણામ હતું. પરંતુ આંબેડકર એટલામાં ક્યાં ચુપ રહેવા વાળા હતા તે ડોક્ટરેટની તૈયારી કરવા લાગ્યા.

મે ૧૯૧૬ માં ડૉ.આંબેડકરની પ્રથમ કૃતિ પ્રકાશિત થઈ. અમેરિકામાં એક ગોષ્ઠીનું આયોજન થયું હતું. તેમાં ડૉ.આંબેડકરે 'ભારતમાં જાતિઓ' શીર્ષક સાથે એક લાંબો લેખ વાચ્યો હતો. થોડા સમય પછી તે પ્રકાશિત પણ થયો.

'કાસ્ટ ઈન ઈન્ડિયા' નામનો આ નિબંધ શોધાર્થી આંબેડકરે કોલંબિયા વિશ્વવિદ્યાલય અમેરિકામાં એન્થ્રોપોલોજી વિષયના સેમિનારમાં સન ૧૯૧૬માં વાંચ્યો અને ૧૯૧૭માં પ્રકાશીત થયો. આ નિબંધમાં તેમણે ભારતમાં મનુષ્યોની ઉત્પતિ જાતિઓની રચના તથા વિકાસ પર પ્રકાશ નાંખ્યો.

ડૉ.આંબેડકર ભારતીય જાતિવાદ પ્રથાના કટ્ટર આલોચક હતા. તેમનો અટલ વિશ્વાસ હતો કે ભારતીય સમાજની જાતિપ્રથા જ દલિત સમાજની સાથે થઈ રહેલા અત્યાચારોનું મૂળ કારણ છે. જો ભારતમાં જાતિ પ્રથા અને વર્ણપ્રથા નહોતી તો અહીં સામાજિક એકતા હોત. હકિકતમાં તેમના સમાજની સાથે

સવર્ણો દ્વારા જે વ્યવહાર થતો રહ્યો તેનો તેમણે ખુબ વિરોધ કર્યો. તેમનું માનવું હતું કે ભારતીય સમાજ વ્યવસ્થામાં જેમાં ચાર વર્ણ બનાવવામાં આવ્યા હતા તે સવર્ણ પ્રધાન હતા આ કારણ હતું કે નિમ્નવર્ણો ખાસ કરીને જે નિમ્નવર્ણ સાથે ડૉ.આંબેડકરનો સંબંધ હતો તે આ સર્વણ પ્રધાનતાના કારણે હીનતાનો શિકાર હતો. જાતિ પ્રથા પ્રત્યે વિદ્રોહની ભાવના શરૂઆતથી જ મૂળ જમાવેલી હતી.

ડૉ.આંબેડકરે ભારતીય સમાજશાસ્ત્ર અને અર્થશાસ્ત્રના પ્રશ્નો ઉજાગર કર્યા અને તે પર વિચાર સમંત ચર્ચા શરૂ કરી. સંપૂર્ણ જીવન તે જાતિપ્રથાના ઉદ્‌ગમ તથા વિભિન્ન સ્વરૂપો પર વિચાર સંમત તથા પ્રગાઢ સંશોધન કરતા રહ્યા. તેમણે જાતિપ્રથાના સંપાદન માટે ખુબજ તર્ક યુક્ત રીતે બધાને સમજાવવાનું બીડુ ઉઠાવ્યું.

ઉપરોક્ત લેખમાં તેમણે સ્પષ્ટ કર્યુ કે, મહાન વિદ્વાનો દ્વારા ભારતીય જાતિપ્રથાએ સ્પષ્ટ કરવામાં આવેલા લેખોનો હજુ સુધી કોઈએ મૂલ્યાંકન કરવાનો પ્રયાસ કર્યો નથી આ એક ખુબ ઉંડા ખેદનો વિષય છે. વિદ્વાનો જાતિપ્રથાના વિષયમાં જે કંઈ કહ્યું હતું તેની સમય પર વ્યાખ્યા કરવામાં આવી હોત તો તેમને જ નહીં આખા સમાજને આપણી જાતિપ્રથાના વિષયમાં જાણ થઈ જતી. તેમનું કહેવું હતું કે, તેમને ખુબ દુઃખ છે કે આપણો સમાજ આ વિષયમાં હજુ સુધી અજાણ છે. છતાં પણ ડૉ.આંબેડકર જાતિરૂપી સંસ્થાની ગહનતાઓ પ્રત્યે સજાગ હતા પણ તેમને વિશ્વાસ હતો કે ગહન સંશોધન કરી જાતિ પ્રથાની જટીલતાઓના વિષયમાં જાણી શકાય છે.

એમનું માનવું હતું કે જાતિપ્રથા એક વિકરાળ સમસ્યા છે. એમાં વ્યવહાર ભિન્નતા છે અને તેના વ્યવહારિક સિધ્ધાંતોને સતત ચિંતનથી સમજી શકાય છે. આજ શોધમાં પૂર્ણ આસ્થા, સંકલ્પ અને ધગશથી લાગેલા રહ્યા. આ પ્રથા એટલી ગુંચવાયેલી હતી કે, એનું સમાધાન એટલું સરળ ન હતું. એની મુંઝવણો માત્ર સૈધ્ધાંતિક જ નહીં પરંતુ વ્યવહારિક રીતે પણ નાસૂર છે. જે અંદરને અંદર જ સમાજને ખોખલો કરી રહી છે પરંતુ આપણને તેનો કોઈ ઉકેલ મળી શક્યો નથી. આવિષાકત નાસૂરનો ઈલાજ જો જલ્દી કરવામાં નહીં આવે તો આપણો સમાજને બચાવવો ભારી પડશે. ડૉ.આંબેડકરે આગળ ચાલીને ભારતીય લોહીની પરંપરા અપનાવે છે એમનું માનવું છે કે ભારતીય સમાજ લોહીના સંબંધનો સમાજ નથી. તેમનું કહેવું છે કે અહીં લોહીના સંબંધની પવિત્રતા ન હોવાના કેટલાક ખાસ કારણ છે. પરદેશી જેમકે આર્ય, દ્રવિક, મોગલ, સક હૂણ જાતિઓનું આગમન. એટલું જ નહીં તેમણે આ સિવાય અનેક જાતિઓનો હવાલો આપી કહ્યું કે, હિન્દુ જાતિ લોહીના સંબંધથી પવિત્ર નથી. આ બધી

જાતિઓ અહીં આવીને વસીને અહીંના સાંસ્કૃતિક પ્રવાહમાં એકાકાર થઈ ગઈ, વિલીન થઈ ગઈ. એમના એકીકૃત સમાજથી એક નવા સમાજનો જન્મ થયો એટલે અહીં જાતિપ્રથા આ વિભિન્ન આગમનકારીઓનું સંકલિત રૂપ છે.

વિભિન્ન જગ્યાએથી લેવામાં આવેલા બિંદુઓના એકીકૃત સ્વરૂપથી અલગતાવાદની ગંધ આવે છે. તેમના વિચારમાં રક્તભેદની દ્રષ્ટિથી વિચાર કરવામાં આવે તો ભારતીય સમાજ વિજાતીય છે. પરંતુ આ એકીકૃત સ્વરૂપ સાંસ્કૃતિકરૂપથી અત્યંત અભિન્નરૂપ લઈને પણ અંદરોઅંદર ખરાબ રીતે ગુંથાયેલો છે.

તેમના વિચારમાં ભારતીય સમાજ ભૌતિક દ્રષ્ટિથી સંગઠીત નથી. આમ છતાં અહીંની સુનિયોજિત સંસ્કૃતિ એકરૂપ, અભિન્ન અને અતૂટ છે. તથા આખા ભારતમાં પૂર્ણ રીતે વ્યાપ્ત અને સંચાહિત છે. આ દ્રષ્ટિથી તેમનું માનવું છે કે ભારતીય સમાજની આ સાંસ્કૃતિક પ્રગઢતા અને વૈચારિક એકરૂપતાવાળા કારણે જ જાતિ પ્રથાએ વિકરાળ રૂપ ધારણ કર્યું છે.

જેની વ્યાખ્યા કે વિશ્લેષણ કરવું મુશ્કેલ છે. આ જાતિપ્રથાને ઉકેલવા અથવા સમજવા માટે ડૉ.આંબેડકરે ભારતીય વિચારક ડૉ.કેલકરના જાતિપ્રથાના સૈધ્ધાંતિક વિશ્લેષણને યોગ્ય ગણાવે છે. તે કહે છે કે, જાતિ તંત્રની વ્યાખ્યા જાતિપ્રથાના આધાર પર ન કરવી જોઈએ. તે માને છે કે સજાતીય વિવાહ સંબંધ જ જાતિપ્રથાનું મૂળ કારણ છે.

તેમના વિચારથી ભારતીય જાતિપ્રથાનું વિશેષ સ્વરૂપ છે સમાજના વિભિન્ન ભાગોએ વર્ણ વ્યવસ્થામાં વિભાજીત કરીને રાખવી જે રીતરીવાજ વિવાહની વ વિભિન્નતાઓથી અતૂટ રીતે બંધાયેલા છે એનું વિશેષ પરિણામ સજાતીય વિવાહની અનિવાર્યતા છે. પરંતુ ડૉ.આંબેડકર એ જાણવામાં સફળ ન થઈ શક્યા કે સજાતીય વિવાહ કેમ થાય છે, જાતિયો અને ચાર વર્ણોની ઉત્પતિ કેવી રીતે થઈ તેના તાણાવાણા કેવી રીતે ગુંથાયા. તેમને વિકુળોની બનાવી રાખવા જેને ગોત્ર કહે છે તેની ઓળખ પણ છે જાતિપ્રથાને જીવિત રાખવામાં પોતાનું વિશેષ યોગદાન કરતી નજરે પડે છે. ગોત્ર પ્રથાનો અર્થ છે સગોત્ર લગ્નની મનાઈ અને અન્ય ગોત્રની સાથે લગ્નની વ્યવસ્થા. આ વ્યવસ્થાનું ઉલ્લંઘન અસંભ છે. આ વ્યવસ્થાનું કઠોરતાથી પાલન કરવામાં આવી રહ્યું છે તથા સ્વગોત્ર લગ્નને અધર્મની સંજ્ઞા અપાઈ છે. અન્ય ગોત્રમાં જ લગ્ન ધર્મસંગત હતા તેનું પાલન જાતિપ્રથાને જીવિત રાખવાનો મૂળ આધાર હતો.

તેમનું માનવું હતું કે જો સગોત્ર લગ્ન તર્ક સંગત અને ધર્મ સંગત બનાવી શકાય તો સમાજની અંદર વ્યાપ્ત બધા ભેદભાવ પૂરા થઈ જાય તથા સમાજ એકરૂપ એક જાતિ સમાનતાવાળો જેમાં ન કોઈ મોટો ન કોઈ નાનો, ઉંચ-નીચ,

ભેદભાવ, તારા-મારાની પ્રથા દૂર થઈ જતી. આપણા સમાજમાં જાતિવાદનો ઝડપથી ફેલાતો નાસૂર નાશ પામે તો આપણે એક થઈ જતા.

ડૉ.આંબેડકરનું કહેવું હતું કે, જાતિપ્રથા આપણા સમાજનું ધૃણાસ્પદ સ્વરૂપ છે. આ જાતિપ્રથા શબ્દ માત્રથી જ તેમનું વ્યક્તિત્વ ભડકી ઉઠતું હતું તેમનું મન વિદ્રોહ કરતું હતું. પરંતુ સાથે જ તે વર્ણ વ્યવસ્થાનો માત્ર ભાવનાત્મક આધાર પર જ વિરોધ કરવા ઈચ્છતા ન હતા. એના માટે ચોક્કસ પુરાવા, કારણ મેળવવા ઈચ્છતા હતા. કદાચ તે કારણ જાણી ચૂક્યા હતા એટલા માટે તપાસ પછી તેમણે કહ્યું હતું કે, ચતુવર્ણ વ્યવસ્થા આપણા સમાજના સંગઠનાત્મકરૂપમાં અત્યંત અવ્યવહારિક ઘાતક અને નિષ્ફળ વ્યવસ્થા છે. એણે આપણા સમાજને ટુકડાઓમાં વહેંચી દીધો છે. એની એકરૂપતાને બહરૂપતા આપી છે એટલું જ નહીં અંદરોદર ભેદભાવ, કાપાકાપી, અસહકાર, અસુરક્ષા, અલગતાવાદ ધૃણાની ભાવનાનો વધારો કર્યો છે.

તેમનું માનવું હતું કે, જાતિ આધારભૂત સિધ્ધાંત વર્ણવ્યવસ્થાના આધારભૂત સિધ્ધાંતોથી ભિન્ન છે. આ મૂળરૂપની સાથે સાથે તત્વરૂપથી ભિન્ન છે. ડૉ.આંબેડકરે જાતિપ્રથાના અનેક રૂપોને તપાસ્યા તે કહે છે કે વર્ણવ્યવસ્થા અને જાતિ વ્યવસ્થા મૂળ રીતે જ પરસ્પર વિરોધી છે. તે જાતિ ઉપરાંત ગુણનું વિશ્લેષણ કરે છે કહે છે કે જો સામાજિક વ્યવસ્થા ગુણ સિધ્ધાંત પર કેન્દ્રિત કરવામાં આવે અને સમાજને ગુણોના આધાર પર વ્યવસ્થિત કરવામાં આવે તો ઘણું સંભવ છે કે કોઈ ગુણોના આધાર પર નિર્ધારીત એ ઉંચા પદને જન્મના આધાર પર પ્રાપ્ત કરી લે પછી તેનો ઉકેલ શું હશે. આમ છતાં પણ તે માને છે અને પ્રતિપાદિત કરે છે કે વર્ણ વ્યવસ્થા માનવ પ્રકૃતિની પ્રતિકુળ છે. તેમણે વર્ણવ્યવસ્થા અથવા જાતિપ્રથાને નોકર-માલિકની સંજ્ઞા આપી એકને બીજાના પર આધારિત બતાવી. તેમણે પોતે કહ્યું કે, બ્રાહ્મણ, ક્ષત્રિય અને વૈશ્યના આપસી સંબંધમાં પણ એકસૂત્રતા ન હતી છતાં પણ તે મથીને કામ કરવામાં સફળ રહ્યા. આ વ્યવસ્થાથી ત્રણે ઉપરીવર્ણના લોકોએ શુદ્રોને દરેક રીતે પોતાના પર આશ્રિત કરી દીધા. આ ત્રણે વર્ણ ઈચ્છે તો શુદ્ર ભૂખ્યા મરી જાય. તેમણે નિમ્નવર્ણને વિદ્યા તથા વ્યાપાર કરવાની અનુજાતિ ન આપી. જેથી તે પોતાના હિતો માટે સજાગ ન બની જાય અને પૂરી રીતે તેમના પર નિર્ભર રહે. તેમણે મનુના કાનૂનને પણ પડકાર્યો. તેમનું માનવું હતું કે, સામાજિક અધિકારોના સંબંધમાં મનુસંહિતા ખુબજ પદનામ અને અવિધિ સંગત છે.

સંપૂર્ણ વર્ણ વ્યવસ્થા પર આંબેડકરનું ચિંતન ગંભીર પ્રહાર કરે છે. । પ્રહારની ગંભીરતા એટલા માટે વધી જાય છે કેમકે આંબેડકરને પોતાને વર્ણવ્યવસ્થાનો ખુબ માર્મિક અને ગહન અનુભવ છે.

લંડનમાં રહીને ભીમરાવે પળ-પળના અપમાન અને ઘટનાનો અનુભવ થતો હતો 'આ અમારા દાસ છે' આ અપમાન ભરેલા શબ્દ ત્યાંના સાધારણ નાગરિકોના મોં પર પણ રહેતા હતા. પોતાનો અભ્યાસ પૂરો કરવાની મજબૂરીના કારણે તેમને આ અપમાનના ઘૂંટડા પીવા પડતા હતા જેમકે ઉચ્ચ શિક્ષાની વ્યવસ્થા માત્ર લંડન અને તેના જેવા વિકસીત દેશોમાં હતી.

એક દિવસ આંબેડકર લંડનની સડક પર જઈ રહ્યા હતા. સાથે આવતા સીઆઈડીના ઈન્સ્પેક્ટરની નજર તેમના પર પડી ગઈ. ઈન્સ્પેક્ટરે તેમને ત્યાં જ રોકી દિધા અને પોતાના સાથી ઈન્સ્પેક્ટરને કહ્યું કે આ એક ભારતીય યુવક છે ભારતમાં આજકાલ ક્રાંતિકારી આંદોલન ચાલી રહ્યું છે આપણી સરકાર સાથે. અહીં લંડનમાં પણ તેમના કેટલાક લોકો ગુપ્ત રીતે કાર્યરત છે એમને પકડીને તપાસ કરો તેની પાસે કોઈ વાંધાજનક વસ્તુ ન હોય. સિપાઈએ ભીમરાવી તપાસ કરી તેમને આ અપમાનજનક કૃત્ય ચૂપચાપ સહન કરવું પડ્યું. વિદેશમાં તે બીજુ કરી પણ શું સકતા હતા તે ઈચ્છતા નહતા કે તે કોઈ હરકત કરે જે તેમના ઉચ્ચશિક્ષણમાં બાધારૂપ ન બને એ સમય સુધી સાવરકર જેવા લંદનના ભારતીય વિદ્યાર્થીઓને ક્રાંતિનો ગુરૂમંત્ર આપનારા યુગદ્રષ્ટાપરૂષ આંદામાનની જેલમાં બંધ હતા.

સિપાઈઓને ભીમરાવની તપાસમાં માત્ર તેમનો પાસપોર્ટ મળ્યો ભીમરાવ જેવા અભ્યાસુ પાસેથી બીજુ મળે પણ શું ભીમરાવ મનમાં ને મનમાં ખુશ થયા કેમકે પરદેશમાં તે કોઈ મુશ્કેલીમાં પડવા માંગતા ન હતા. ભીમરાવ લંડનમાં રહી કાનૂન અને અર્થશાસ્ત્રનો અભ્યાસ કરી રહ્યા હતા જૂન 1916માં તેમણે પોતાનો થીસીસ પૂરો કરી પરિક્ષણ માટે કોલંબિયા વિશ્વવિદ્યાલયને મોકલી દીધો. સાથે જ તે અર્થશાસ્ત્ર અને કાનૂનનો અભ્યાસ એક સાથે કરી રહ્યા હતા કોલંબિયા વિશ્વવિદ્યાલયને 1917 માં તેમને પી.એચ.ડી.ની પદવીથી સન્માનિત કર્યા.

એ સમયની આ ઘટના છે તે સમયે લગભગ આખી દુનિયામાં બ્રિટીશરોનું સામ્રાજ્ય હતું. પછી તેમના દેશમાં રહી તેમની નજરમાંથી બચવાનું ભીમરાવ જેવા માટે ક્યા શક્ય હતુ તેમની સરકારને ખબર હતી કે ભીમરાવ આંબેડકર ગાયકવાડ છાત્રવૃત્તિ લઈ ઉચ્ચશિક્ષણ માટે પહેલા અમેરિકા અને હવે લંડનમાં ભણી રહ્યા છે. તેમને એ પણ ખબર હતી કે ભીમરાવને પીએચડીની ડીગ્રી અપાઈ ચૂકી છે. તે ઈચ્છતા હતા કે ભીમરાવ લંડનમાં ન રહે તેમને ભય હતો કે તે વિદેશમાં રહી તેમનામાં પણ ક્રાંતિના બીજ રોપી ન દે. જો કે પોતાના અભ્યાસ સુધી વિદેશ પ્રવાસ સમયમાં તેમણે કોઈ શંકાસ્પદ સંકેત અને રહેણીકરણીમાં દેખાવા દીધા ન હતા પરંતુ બ્રિટીશ સરકાર કોઈ ખતરો લેવા

માંગતી ન હતી. જલદી લંડન છોડવા પણ જણાવી દેવાયું.

અચાનક એક દિવસ ભીમરાવને વડોદરા રાજ્યનો એક પત્ર મળ્યા એ વાંચીને તેમને નવાઈ લાગી કેમકે તે ભૂલી ચુક્યા હતા કે લંડન પહોંચ્યા પહેલા મહારાજા ગાયકવાડે તેમને છાત્રવૃત્તિ માટે આશ્વાસન આપ્યું તો એક કરાર નામા પર સહી કરાવી હતી જેનો હેતુ હતો કે શિક્ષણ પૂરી કર્યા પછી તેમણે સ્વદેશ આવી દસ વર્ષ સુધી રાજ્યની સેવા કરવાની રહેશે.

પત્ર હાથમાં આવતા જ પાછળની તમામ વાતો ભીમરાવના મનમાં યાદ આવવા લાગી પત્રમાં લખ્યું હતું કે તેમને પીએચડી ડીગ્રી મળી ગઈ છે ઉંચી ડીગ્રી મળી ગઈ છે. એટલા માટે આજથી છાત્રવૃત્તિ બંધ કરવામાં આવે છે. ભીમરાવના માથા પર ચિંતા વ્યાપી ગઈ પરંતુ આ ચિંતા શરત પૂરી કરવા નહી પરંતુ આગળ અભ્યાસમાં ઉભી થનારી રૂકાવટ માટે હતી જો કે તેમણે ઈકોનોમિક્સમાં એમ.એ. કરી લીધુ હતું પરંતુ કાયદાનો અભ્યાસ હજુ બાકી હતો પણ છાત્રવૃત્તિના અભાવમાં લંડનમાં રહી શિક્ષણ મેળવવું શક્ય ન હતું. પરિણામે તેમને સ્વદેશ પરત ફરવું પડ્યું.

★★★

૬

કાર્યક્ષેત્રમાં કાર્યરત

જૂન ૧૯૧૭માં ભીમરાવ આંબેડકરે લંડનને વિદાય કરીને સ્વદેશ આવી ગયા. પરંતુ હવે તેમના નામની સાથે ડૉક્ટર શબ્દ જોડાઈ ચુક્યો હતો, તે હવે ડૉ.ભીમરાવ આંબેડકર તરીકે જાણીતા બન્યા હતા.

સ્વદેશ પાછા આવીને સીધા વડોદરા રાજ્ય પહોંચ્યા. પોતાનો કરાર પુરો કરવા સિવાય તેમની પાસે કોઈ વિકલ્પ પણ ન હતો. બણતર બંધ થઈ જવાને કારણે તેમના મનમાં ઘણુ દુઃખ હતું. પરંતુ કોઈ ખુણામાં એ આશા પણ હતી કે દસ વર્ષની જ તો વાત છે. કરાર પુરો થતા જ તે લંડન જશે અને આગળનું ભણતર પુરુ કરશે અને રૂપિયાની સમસ્યા પર પોતાનો મહાનિબંધ પ્રસ્તુત કરશે.

લંડનથી રવાના થતા પહેલા ભીમરાવે પોતાના બધા પુસ્તકો વહાણ દ્વારા મુંબઈ માટે રવાના કરી દીધા હતા. પુસ્તકોની એક કંપનીએ તેમને પુસ્તકો મુંબઈ પહોંચાડવાનો કોન્ટ્રાક્ટ આપેલો હતો. એટલું જ નહીં પુસ્તકોની સુરક્ષાને ધ્યાનમાં રાખતા તેનો વીમો પણ ઉતારવામાં આવ્યો હતો.

મુંબઈ શહેરમાં કોી ખાસ ફેરફાર થયો ન હતો. તે જ દેશનું મોટુ વેપારી નગર ન તે અમેરિકાના કોલંબિયા જેવું હતું અને ન તે ઈંગ્લેન્ડની રાજધાની લંડન જેવુ. મુંબઈ પહોંચ્યા પછી ભીમરાવને કોઈ ખાસ પ્રસન્નતા ન થઈ કારણકે મનમાં ઉચ્ચશિક્ષણને અટકવાની પીડા હજી પણ સળગી રહી હતી. પરંતુ તેમની પત્ની રમાબાઈની ખુશી સમાતી નહતી. ડૉ.ભીમરાવ આંબેડકરના ઘરે પહોંચતા જ તેમને જાણ થઈ કે તેમની શિષ્યવૃત્તિ બંધ કરી દેવામાં આવી એટલે તે વચ્ચે જ અભ્યાસ અધુરો છોડીને સ્વદેશ પાછા ફર્યા છે અને આવનારા દસ વર્ષ સુધી મહારાજા વડોદરાના રાજ્યમાં સેવારત રહેશે.

વડોદરાનો કટુ અનુભવ

આખા પરિવારમાં ખુશીની લહેર દોડી રહી હતી. આખો પરિવાર વડોદરા જવાની તૈયારી કરી રહ્યો હતો, ત્યારે આંબેડકરને તે કંપનીની સુચના મળી કે જેને પુસ્તકો સુરક્ષિત પહોંચાડવાનો કરાર કરવામાં આવ્યો હતો. સુચના એ હતી કે જે વહાણમાં પુસ્તકો આવી રહ્યા હતા તે સમુદ્રમાં ડુબી ગયું.

આ હૃદય વિદારક સમાચાર સાંભળીને ડૉ.આંબેડકર તો હૃદય પકડીને બેસી ગયા રમાબાઈ તો રડવા જ લાગ્યા. જેને સાંભળીને તેમના પડોશીઓ તેમના ઘરે એકઠા થઈ ગયા રમાબાઈનું રોવાનું કારણ જાણી તેમણે પણ તેમના પ્રત્યે સહાનુભૂતિ વ્યક્ત કરી.

ડૉ.આંબેડકર પોતાને સંભાળી વડોદરા જવાની તૈયારી કરવા લાગ્યા. થોડા સમય પછી તેમને ખબર પડી કે તેમની પાસે તો કાણી કોડીય નથી અને એવા સંજોગોમાં તે વડોદરા કેવી રીતે જઈ શકે છે. આખી પરિસ્થિતિ તેમણે પોતાની ધર્મપત્નિ રમાબાઈ સામે સ્પષ્ટ કરી દીધી. પતિવ્રતા પત્નીએ પતિને ચિંતામાં જોયા તો તરતજ ગળાનો સોનાનો હાર ઉતારીને પતિના હાથમાં આપીને કહેવા લાગી, આને ગીરવી મુકી આવો અને રૂપિયા ઉધાર લાવો પગાર મળશે ત્યારે ધીમે ધીમે ચુકવીને છોડાવી લેશું.

ભીમરાવ આ કામ માટે જરાપણ તૈયાર ન હતા. પત્નીના ઘરેણા વેંચીને વડોદરા જવા માટે તેમનું મન જરાપણ માનતું ન હતું. પત્નીએ તેમની હઠ જોઈને કહ્યું ‘આપણુ વડોદરા પહોંચવુ જરૂરી છે અને ઘર ચલાવવા માટે પણ રૂપિયાની જરૂર પડશે પછી પગાર પણ એક મહિના પછી મળશે. તમે નિઃસંકોચ આ હારને ગીરવી રાખીને રૂપિયાનો બંદોબસ્ત કરી લો. ‘બંને આ સમસ્યાનું સમાધાન હજી શોધી જ રહ્યા હતા કે ત્યારે તેમના નામનો બે હજાર રૂપિયાનો મનીઓર્ડર આવી ગયો. સંકટની ઘડીમાં બે હજાર રૂપિયાનો મનીઓર્ડર મેળવીને તેમની ખુશીનો કોઈ પાર ન હતો. પોસ્ટમેનને પુછવાથી ખબર પડી કે આ બે હજાર રૂપિયા લંડનની ટોમસ બુક કંપનીએ તે પુસ્તકોના વીમાની રકમના રૂપમાં મોકલી હતી જે સમુદ્રમાં ડુબી ગઈ હતી.

સંકટની ઘડી વીતી મુકી હતી. ભગવાને ડૉ.આંબેડકરને દુવિધાભરી સ્થિતિમાંથી ઉગારી લીધા હતા. પાંચસો રૂપિયા લઈને ભીમરાવે પહેલા પોતે જ વડોદરા જવાનો નિર્ણય કર્યો. જેથી રહેવાની વ્યવસ્થા સારી રીતે કરી શકે. પંદરસો રૂપિયા રમાબાઈને ઘર ખર્ચ માટે આપ્યા. ડૉ.ભીમરાવ આંબેડકરે વડોદરા રવાના થતા પહેલાંજ કાર્યાલયને પોતાના વડોદરા માટે આવવાની જાણ કરી દીધી હતી. મહારાજ વડોદરાને જ્યારે આ સમાચાર મળ્યા તો તેમને

પ્રસન્નતા થઈ. તેમણે ડૉ.ભીમરાવ આંબેડકરનું રેલવે સ્ટેશન પર જોરદાર સ્વાગત કરવાનું કહ્યું.

પરંતુ રાજ્યના કર્મચારીઓને જ્યારે એ જાણ થઈ કે ડૉ.આંબેડકરનો સંબંધ મહાર જાતિ સાથે છે તો તેમણે તેમના સ્વાગત માટે જવાનો વિચાર છોડી દીધો. પરિણામે ડૉ.આંબેડકર જ્યારે રેલ્વે સ્ટેશને રેલગાડીમાંથી ઉતર્યા તો સ્વાગત માટે કોઈને ન જોઈને હૈરાન થયા, પછી જાતે પગે ચાલીને રાજમહેલની તરફ ચાલી નીકળ્યા. રાજમહેલ પહોંચીને તેમણે એક દરબારીના હાથે પોતાના આવવાની સુચના મહારાજને મોકલાવી. મહારાજે તેમને બોલાવ્યા આમને-સામને થતા જ ડૉ.ભીમરાવે સૌથી પહેલા મહારાજના ચરણ સ્પર્શ કર્યા. મહારાજે તેમને અનેક આશીર્વાદ આપ્યા.

શરૂઆતની ઔપચારિકતાઓ પુરી કરી મહારાજની આજ્ઞાથી ડૉ.ભીમરાવ આંબેડકરે વડોદરાના સૈન્ય સચિવનો કાર્ય ભાર પોતાના ખભા પર લીધો.

છેવટે ડૉ.આંબેડકરના ઉચ્ચ શિક્ષણ તથા યોગ્યતા રંગ લાવી અને તેમને સૈન્ય સચિવ જેવી સન્માનિત નોકરી તથા બસો રૂપિયા મહીનાનો મોટો પગાર મળવા લાગ્યો. પરંતુ જેવું ઉંચુ પદ હતુ તથા જેવો મોટો પગાર હતો એવો જ પરિશ્રમ તથા એવી જ જવાબદારી પણ હતા. ડૉ.ભીમરાવને દિવસના ૨૪ કલાકમાંથી લગભગ અઢાર કલાક રોજ કામ કરવું પડતું હતું.

ડૉ.આંબેડકરે સૈન્ય સચિવનું પદ સંભાળતા જ સેનામાં નવા જીવનનો નવો જોશ સંચાર થઈ ગયો હતો બધા પદાધિકારી નવી પ્રણાલીથી ઘણા ખુશ હતા. સેના તથા સેના સચિવનું કાર્ય પોતાની ધારાઓમાં નિર્વિઘ્ને વહેતુ હતું. પરંતુ ભીમરાવનું જીવન શરૂઆતથી જ વિઘ્નો અને અડચણોથી ભરેલું હતું તેથી શાંત અને સુવ્યવસ્થિત જીવન તેમને કેવી રીતે ફાવી શકે તેમ હતું.

મહાર કુળમાં જન્મ લેવો એક પડછાયાની જેમ તેમનો પીછો કરી રહ્યો હતો. ધીમે-ધીમે આખા વડોદરાને ખબર પડી ગઈ કે તેમનો સેના સચિવ મહાર જાતિનો છે. મહારાજને પોતાને બધી સચ્ચાઈની જાણ હતી પરંતુ રાજકર્મચારી તથા રાજઘરાનાના અન્ય સભ્યો સામે સચ્ચાઈ હવે આવી રહી હતી અને તે આ સચ્ચાઈ માટે પ્રતિક્રિયા પણ કરવા લાગ્યા હતા. થોડા સમય પછી ડૉ.આંબેડકરે મહેસુસ કર્યુ કે સાધારણ એવો પટાવાળો તેમને અડવાના ડરથી ફાઈલો દુરથી જ તેમના ટેબલ પર ફેંકી દેતો હતો. બાકીના સાથી કર્મચારી પણ તેમને જોઈને મોં બગાડતા હતા.

તેમને સમજતા વાર ન લાગી. આ છુત-અછુતનું પ્રેત અહીંયાના નિવાસીઓના માથે ચડીને નાચવા લાગ્યું છે. ડૉ.આંબેડકરે તે તરફ ધ્યાન ન આપતા પોતાનું કાર્ય સારી રીતે ચાલુ રાખ્યું. પરંતુ મનમાં જ તેમને ઘણો ગુસ્સો પણ આવ્યો.

અછૂતોના ઉદ્ધારનો સંકલ્પ

ડૉ.આંબેડકરે અહીંયા વડોદરામાં જ રહીને બીજો સંકલ્પ લીધો. અછૂતોનો ઉધ્ધાર કરવાનો. પહેલો સંકલ્પ ઉચ્ચ શિક્ષણ મેળવી ઉચ્ચતા પ્રાપ્ત કરવી એ તો તે પૂર્ણ કરી ચુક્યા હતા. આ રીતે કેટલોક સમય વિત્યો એક દિવસ એક ઘટના બની. ડૉ.આંબેડકરે એક પટાવાળાને પાણી લાવવા માટે કહ્યું. પહેલા તો પટાવાળો એમજ બહાનુ બનાવતો રહ્યો જ્યારે ડૉ.આંબેડકરે તેને જોર દઈને બહાનાનું કારણ પુછ્યુ તો પટાવાળાએ ખુલ્લા શબ્દોમાં કહ્યું, ‘સર! શુદ્રોને પાણી પીવડાવવા માટે આપણા કાર્યાલયમાં કોઈ વ્યવસ્થા નથી.

આવા અપમાનજનક શબ્દો સાંભળીને ડૉ.આંબેડકર એકદમ ચોંકી ગયા. ઉપરનો શ્વાસ ઉપર તથા નીચેનો શ્વાસ નીચે વાળી સ્થિતિમાં જઈ પહોંચ્યો હતો તે મનમાં જ વિચારી રહ્યા હતા કે કમાલ છે મહાર હોવાનું મનુષ્ય જ માનવામાં આવતું નથી. તેમનું મન આ નોકરી તથા અહીંના લોકોથી ઉબકી ચુક્યુ હતું. દસ વર્ષ સુધી તેમણે વડોદરા સરકારની સેવા કરવાના કરાર પર હસ્તાક્ષર કર્યા હતા. પરંતુ આ સંજોગોમાં આ પદ પર કે વડોદરામાં તેમના માટે દસ મિનિટ ટકવુ પણ મુશ્કેલ હતું. ક્યારેક તેમનું મન નોકરીની તરફ જતુ તો ક્યારેક રાજીનામાની તરફ.

એટલું જ નહીં જ્યારે ડૉ.આંબેડકર મેસમાં ખાવાનું ખાવા જતા તો તેમના ટેબલ પર બેસીને ખાવાનુ ખાવાનું તો ઠીક કોઈ તેમની સામે પણ જોતુ ન હતું.

ત્યાં સુધી કે પ્રજાએ ડૉ.ભીમરાવની સાથે-સાથે મહારાજને પણ કોસવાનું ચાલુ કરી દીધું. તે આ ખોટા નિર્ણય માટે મહારાજને દોષિત મનતા હતા. આ બધી વાતો ભીમરાવથી છુપી નહતી. તેમના પર આ બધી વાતોનો ખરાબ પ્રભાવ પડતો હતો. પરંતુ કરારને લીધે તેમણે વાયદો નિભાવવાનો જ હતો. તે બધી વાતો ભૂલીને ફરીથી કર્તવ્ય-પથ પર ચાલવા લાગ્યા.

ભીમરાવનો વડોદરામાં રહેવાનો પ્રબંધ અસ્થાયી રૂપે જ હતો. સ્થાઈ વ્યવસ્થા માટે કાઈ ખાસ કાર્ય કરવામાં આવ્યું ન હતું. ભીમરાવ મકાનની શોધમાં જ્યાં પણ જતા એ જ પ્રશ્નનો સામનો કરવો પડતો કે તે કઈ જાતિના તથા કયા ગોત્રના છે.

ડૉ.ભીમરાવ ખોટુ બોલવા ઈચ્છતા ન હતા અને સાચુ બોલવાનું પરિણામ તે જાણતા હતા. જેના કારણે તેમને ક્યાંય રહેઠાણ ન મળ્યું. કોઈ પણ તેમને પોતાના ભાડુઆત રાખવા તૈયાર ન હતા. ખરાબ થતા સંજોગો જોઈને ડૉ.ભીમરાવે નામ બદલીને એક જગ્યાએ રહેવા લાગ્યા. પરંતુ આટલા ભણેલા ગણેલા તથા આટલા ઉંચા પદવાળા વ્યક્તિની અસલિયત વધારે સમય સુધી

છુપાયેલી રહેતી ન હતી. સચ્ચાઈ સામે આવતા જ તેનો રહેવાનો આખરી સહારો પણ જતો રહ્યો.

આ દયનિય સ્થિતિમાં ડૉ.ભીમરાવે મહારાજને એક પત્ર લખ્યો. હું દિવસથી વડોદરામાં છું પરંતુ હજી સુધી મારી પાસે રહેવાનું કોઈ સ્થાયી સ્થાન નથી.

કાર્યાલયમાં પટાવાળો ફાઈલો ટેબર પર ફેંકી જાય છે. જ્યારે ફાઈલો લેવાનો વારો આવે છે તો ફાઈલો લેતી વખતે હાથ એટલો નીચે કરવામાં આવે છે કે ફાઈલો નીચે પડી જાય છે. તરસ લાગવા છતા મને પાણી પીવડાવવામાં આવતું નથી કારણકે કાર્યાલયમાં અછૂતોને પાણી પીવડાવવાની વ્યવસ્થા નથી ત્યાં સુધી કહેવામાં આવે છે કે હું મારુ પાણી ઘરેથી લાવુ કારણકે મારા અડકવાથી પાણી અપવિત્ર થઈ જશે. ભલા આ વિકટ પરિસ્થિતિમાં હું અહીંયા કેવી રીતે રહી શકું અને કેવી રીતે રાજ્યની સેવા કરી શકું છું.

પોતાનો પત્ર લઈને ડૉ.આંબેડકર પોતે મહારાજની સામે ઉપસ્થિત થયા. પત્ર વાંચીને મહારાજ અચરજમાં પડી ગયા અને તેમણે ડૉ.આંબેડકરને દિવાન સાહેબને મળવાનું કહ્યું. એ પણ કહ્યું કે તે તમારી બધી સમસ્યાઓ હલ કરી દેશે.

ડૉ.આંબેડકરના મુખેથી બધા હાલ સાંભળી દીવાન સાહેબે પોતાના હાથ ઉંચા કરી દીધા તેમણે કહ્યું કે, ''આ સમસ્યા સામાન્ય નથી પરંતુ એક ગંભીર મામલો છે.'' હું કંઈપણ કરવા અસમર્થ છું મારે સમાજમાં રહેવાનું છે ભરા હું પ્રજાનો વિરોધ કેવી રીતે કરી શકું. ડૉ.આંબેડકરે કહ્યું 'ઓછામાં ઓછી રહેવાની વ્યવસ્થા તો કરી દો.' દીવાન સાહેબે સ્પષ્ટ ઈન્કાર કરી દીધો અને કહ્યુ, 'મહારને કોઈ પોતાના નિવાસમાં રહેવા દેશે નહીં. હા તમે ઈચ્છો તો હું પાણીની વ્યવસ્થા કરી શકું છું.' તો ડૉ.આંબેડકર બોલ્યા, 'બાકી બધુ તો હું ચલાવી લઈશ કૃપા કરીને તમે મને રહેવાની જગ્યાનો પ્રબંધ કરી દો.' આ વખતે પણ દીવાનનું માથુ ના ની મુદ્રામાં જ ઘુમ્યુ તેમણે કહ્યું, 'આ મારા માટે શક્ય નથી.'

ડૉ.ભીમરાવ અસમંજસમાં પડી ગયા કે હવે શું કરવું. છેવટે થોડા સમય પછી તેમણે પોતાનું રાજીનામું દીવાન સાહેબના હાથમાં પકડાવી દીધું.

મુંબઈ પાછા ફર્યા

જોત-જોતામાં ડૉ.ભીમરાવ માટે વડોદરા પારકુ થઈ ગયું. રાજીનામુ આપ્યા સિવાય તે કરી પણ શું શકે તેમ હતા. ડૉ.આંબેડકરે કરારનામાની શરતને પુરી કરવામાં કોઈ કસર બાકી રાખી નહોતી. સૈન્ય સચિવનું પદ સંભાળ્યું. અઢાર

કલાક જ્યાં સુધી પદ પર રહ્યા કામ કર્યુ. પરંતુ જ્યારે ત્યાંની જનતા તથા કાર્યાલયના સાથીઓએ તેમનો વિરોધ કર્યો તેમને અછુત કહી અપમાનિત કર્યા ત્યારે ડૉ.આંબેડકરે મહારાજને બધો હાલ કહ્યો. મહારાજાએ સમસ્યાના સમાધાન માટે તેમને દિવાન સાહેબ પાસે મોકલ્યા, પરંતુ દિવાન સાહેબે પોતાને મજબુર બતાવી હાથ ઉંચા કરી દીધા ત્યારે મજબુર થઈને ડૉ.આંબેડકરે રાજીનામુ આપી દીધું. તથા મુંબઈ માટે રવાના થયા. ઘરે પહોંચ્યા પછી તે જ રોજી-રોટીની સમસ્યાનો તેમનો સામનો કરવો પડ્યો. અહીંયા કદાચ વડોદરાના મુકાબલે છુતાછુતની બોલબાલા ઓછી હતી.

અહીંયા તેમનો મિત્ર કેલુસ્કર પણ હતો. તે ભણી-ગણીને ડોક્ટર બની ગયો હતો. પહેલાની જેમ જ આ વખતે પણ તેણે ડો.ભીમરાવને મદદ કરવાનું વિચાર્યુ તે તેમનો સારો મિત્ર હતો. સારા મિત્રની જેમ જ તે તેમને ખુશ અને સંપન્ન જોવા ઈચ્છતો હતો અને તેના માટે પ્રયત્ન પણ કરતો હતો.

તે જ દિવસોમાં મુંબઈના સૈંડહર્સ્ટ કોલેજમાં અર્થશાસ્ત્રના પ્રોફેસરની જગ્યા ખાલી હતી. ડૉ.આંબેડકરને મદદ કરવા આતુર કેલુસ્કરે પોતાના ખાસ સાથીઓથી, ખબર પડી કે સૈંડહર્સ્ટ કોલેજ ઓફ કોમર્સમાં પ્રોફેસરની જગ્યા ખાલી છે તે તરત જ ડૉ.આંબેડકર પાસે પહોંચ્યા અને તેમને એક અરજી પત્રક તૈયાર કરવા માટે કહ્યું. મિત્રના આ વ્યવહારથી તે ચકિત થઈ ગયા અને ડૉ.આંબેડકર મોં માંથી કશું જ ન કહી શક્યા. માત્ર યંત્રવત જે તેમણે કહ્યુ કરતા રહ્યા. તે જાણતા હતા કે કેલુસ્કર તેનો સાચો મિત્ર છે અને તે હંમેશા તેમના કામમાં આવે જ છે.

કેલુસ્કર આ સોનેરી મોકો ગુમાવવા માગતો ન હતો. તે જ સમયે તે ડૉ.આંબેડકરને સાથે લઈને કોલેજના આચાર્યના ઓરડામાં જઈ પહોંચ્યા અને અરજી પત્ર તેમના હાથમાં પકડાવી. ડૉ.આંબેડકરનો તેમને પરિચય કરાવ્યો. ડૉ.આંબેડકરની કાબેલિયત તથા કેલુસ્કરની ભલામણથી ડૉ.આંબેડકરને તે જ સમયે નિયુક્ત પત્ર આપીને કોલેજમાં અર્થશાસ્ત્રના પ્રોફેસર નિયુક્ત કરી દેવામાં આવ્યા. આ એક ઈસાઈ કોલેજ હતી તેથી મહાર હોવાનું તેમના પગની બેડી ન બની શક્યું. ભીમરાવની ગૃહસ્થીની ગાડી એક વાર ફરીથી ચાલી નીકળી.

તેમણે કોલેજમાં શિક્ષણ આપવાનું ચાલુ કરી દીધું. અહીંયા ડૉ.આંબેડકરને વિદેશમાં ભણેલું કામમાં આવ્યું તે વિદ્યાર્થીઓને તુલનાત્મક માધ્યમથી શિક્ષિત કરવા લાગ્યા. વિદ્યાર્થીને પણ બેવડો લાભ મળવા લાગ્યો. તે કોલેજમાં વિદ્યાર્થીઓના પ્રિય પ્રોફેસર બની ગયા ઝડપથી તે આખી કોલેજમાં વિખ્યા થઈ ગયા. જો કે તેમના મહાર હોવાની વાતો અહીંયા પણ ઉઠવા લાગી હતી પરંતુ ઈસાઈ કોલેજ હોવાને કારણે તેમણે કોઈ ખાસ સમસ્યાનો સામનો ન કરવો પડ્યો.

ધીમે ધીમે પરંતુ તે જ સમસ્યાઓ તેમને ફરીથી ઘેરવા લાગી. થયું એવું કે એક દિવસ ભીમરાવ માટીના ઘડામાંથી પાણી કાઢીને પિતા સંજોગોવશાત કોલેજમાં ગુજરાતીનું શિક્ષણ આપનારા પ્રોફેસરે જોઈ લીધા. તેમની આ હરકત પર તેમને ટોક્યા પણ ખરા. તેણે કહ્યું કે આ માટીના ઘડામાંથી તેમણે જાતે પાણી લેવું જોઈતુ ન હતું તે અછુત છે. પાણી કોઈની પાસેથી માંગી પણ શકાય છે હવે આ અશુધ્ધ પાણી અમે કેવી રીતે પી શકીએ.

મન મારીને રહી ગયા ડૉ.આંબેડકર ડગલે ને પગલે અપમાન સહન કરવાનું આંબેડકર માટે કઠિન થઈ રહ્યું હતું. તેમના આ છુતઅછુતના ભરેલા વાતાવરણમાં દમ ઘુંટાતો હતો. પરંતુ ધન ઉપાર્જન માટે તેમની પાસે કોઈ બીજો વિકલ્પ ન હતો. તેથી તે આ નોકરી છોડી શકતા ન હતા. 1917માં તેમણે મહારાજા વડોદરાને ત્યાં સૈન્ય સચિવનું પદ રાજીનામુ આપીને છોડી દીધું. આ તેમનું સૌભાગ્ય હતું કે તેમને મુંબઈમાં નોકરી મળી ગઈ હતી. થોડો સમય તે નવરા પણ રહ્યા. એ દરમિયાન તેમણે 'સ્મોલ હોલડિંગ્સ ઈન ઈન્ડિયા એન્ડ ધેર રેમેડિઝ' નામનું પુસ્તક લખ્યું. આ રીતે તેઓએ લેખોની દુનિયામાં પણ પ્રવેસ કર્યો. 'કાસ્ટ ઈન ઈન્ડિયા' પણ તેમણે 1917માં જ લખી.

પોતાની આ રચનાઓમાં તેમણે ભારતની આર્થિક ઉન્નતિ માટે કૃષિ સુધાર તથા ઔદ્યોગિકીકરણને જરૂરી બતાવ્યા છે. તેમણે કહ્યું કે પહેલા આપણે ઉદ્યોગોનો વિસ્તાર કરવો જોઈએ પછી કૃષિ યોગ્ય ભુમિને કબજે કરવી જોઈએ. આ રીતે બંને પરસ્પર પુરક સાબિત થશે અને આપણા દેશની આર્થિક ઉન્નતિના નવા મુકામ પ્રાપ્ત થશે.

આંબેડકર એ સમયે માત્ર આંબેડકર જ હતા. તેમના નામની આગળ ડોક્ટર શબ્દ જોડાયો ન હતો અને ન તો તે દલિતોના નેતા હતા. કદાચ એટલે જ તેમના વિચારો પર કોઈએ ધ્યાન ન આપ્યું. કદાચ એક કારણ એ પણ હોય કે તે સમયે ભારતમાં બ્રિટીશ રાજ્ય હતું તે આંબેડકરના સહાય પણ રહ્યા. પરંતુ તેમના વિચારોને મજબુત રૂપ આપવા પર પણ તેમણે ખાસ ધ્યાન ન આપ્યું. 1950માં ભારતને બ્રિટિશ ગુલામીમાંથી આઝાદી મળવાથી આંબેડકરની આ વિચારધારાને શાસકિય રૂપ તથા માળખામાં ઢાળવામાં આવ્યું અને તેને ક્રિયાન્વિત કરવાની તરફ પગલાં વધારવામાં આવ્યા.

★★★

૭

દલિત જાગરણ

ઈ.સ.1918 માં ડૉ.આંબેડકરે સાઉથ વોરો કમિશનની સામે પ્રત્યક્ષ મતાધિકારને લઈને પોતાના વિચાર રાખ્યા. સાથે જ તે વર્ષે સૈંડહર્સ્ટ કોલેજમાં તેમણે અર્થશાસ્ત્ર તથા રાજનીતિશાસ્ત્રના પ્રોફેસરના પદનો કાર્યભાર પણ સોંપવામાં આવ્યો.

વિકટ વાતાવરણ છતા પણ ડૉ.આંબેડકરનો સૈંડહસ્ટ કોલેજમાં શિક્ષણ આપવાનો કાર્યક્રમ સુચારૂ રૂપથી ચાલતો રહ્યો. અછુત સમસ્યા તેમની સામે પ્રેત બનીને ઉભી હતી. તેમણે આ સમસ્યાથી નીપટવા માટે એક અઠવાડિકના પ્રકાશનનો વિચાર કર્યો. આર્થિક રીતે તે હવે થોડા સ્વતંત્ર બન્યા હતા. 1920માં તેમણે ‘મુક નાયક’ અઠવાડિકનું પ્રકાશન મુંબઈમાં કર્યુ.

એ જ દિવસોમાં કોલ્હાપુરમાં ત્યાંના છત્રપતિ સાહુ મહારાજ પોતાના રાજયમાં અછૂતોના ઉધ્ધાર માટે આંદોલન કરતા હતા. તેમના આંદોલનનો મુખ્ય ઉદ્દેશ દલિતોને શિક્ષણ આપી તેમને સામાજીક રૂપથી યોગ્ય બનાવીને તેમના પર થતા અત્યાચારો મિટાવવાના હતા. છત્રપતિ સાહુ મહારાજ જાતિ વ્યવસ્થા તથા પંડા-પુજારીઓ તથા બ્રાહ્મણોના પ્રભુત્વથી તેમને મુક્ત કરવા ઈચ્છતા હતા. પરંતુ એક કહેવત છે ને સમાજ સુધાર પહેલા ઘરેથીજ શરૂ કરવો જોઈએ. તેમણે આ કહેવતને ચરિતાર્થ કરતા ઘણા બધા અછુત તથા દલિતોને પોતાના પ્રશાસનમાં સ્થાન આપ્યું. વકિલાત કરવાના પ્રમાણ-પત્ર પણ આપવામાં આવ્યા. એટલું જ નહીં છત્રપતિ મહારાજ તેમની સાથે સાર્વજનિક રૂપે બેસીને ભોજન પણ કરતા હતા સાથે જ તેમણે દલિત વિદ્યાર્થીઓ માટે વિના મુલ્યે શિક્ષણ રહેઠાણ તથા ભોજનની પણ વ્યવસ્થા કરી હતી.

એક જ મંજિલના બે મુસાફરો અલગ-અલગ કેવી રીતે ચાલી શકે છે, તેથી ઈ.સ.1919 માં ભીમરાવનો સંપર્ક સાહુજી સાથે થયો. આંબેડકરનો પરિચય

શ્રી સત્તોબા પવારે જ મહારાજ સાહુ સાથે કરાવ્યો. આંબેડકરને મળીને તથા તેમનો ઉત્સાહ જોઈને મહારાજ પ્રસન્ન થયા. 31 જાન્યુઆરી 1920માં આંબેડકરે તેમની સાથે મળીને 'મુક નાયક'નું પ્રકાશન શરૂ કર્યું.

'મુક નાયક'નું સંપાદનનું કાર્ય આકોલા જિલ્લાના કેલાલી ગામના નિવાસી શ્રી પાંડુરંગ નંદરામ ભારકરને સોંપવામાં આવ્યું.

ડૉ.આંબેડકર એ વાતથી પરિચિત હતા કે હજી હિન્દુ સમાજની બુરાઈઓ પણ પૂર્ણ પ્રહાર કરી તેમને ધ્વસ્ત ન કરી શકાય. કારણ કે આ કાર્ય માટે તેમના શસ્ત્રાગારમાં અમુક શસ્ત્રોનો અભાવ હતો તે પોતાને સમાજમાં સ્થાપિત કરવામાં લાગેલા હતા.

21 માર્ચ 1920 માં કોલ્હાપુર રાજ્યના માંણ ગામમાં દલિતોની એક સભા થઈ. સભાની અધ્યક્ષતા ડૉ.આંબેડકરે કરી. આ સભામાં સાહુ મહારાજે પોતે પણ ભાગ લીધો અને ડો.આંબેડકરની પ્રશંસા કર્યા વગર ન રહી શક્યા.

મે 1920 માં નાગપુરમાં અખિલ ભારતીય બહિષ્કૃત પરિષદની સ્થાપના કરવામાં આવી. સાહુ મહારાજે આ પરિષદની અધ્યક્ષતા કરી. કહેવું જોઈએ કે આ પરિષદ દલિત આંદોલનને એક નવો વણાંક આપ્યો. આ એ જ મંચ હતો જેનાથી ડૉ.આંબેડકરે અછૂતોની દ્રષ્ટિને પહેલેથી જ ચાલ્યા રહેતા ડિપ્રેસ્ડ ક્લાસેજ મિશનથી હટાવીને પોતાની તરફ વાળવામાં સફળતા મેળવી.

★★★

૮

લંડન પાછા ફર્યા

લંડનમાં અધુરી રહેલું કાયદાના શિક્ષણની યાદ તેમને ઘણીવાર બેચેન બનાવી દેતી હતી. મનમાં ને મનમાં જ તે તડપી ઉઠતા હતા. ડૉ.આંબેડકરને શિક્ષણ પુરૂ કરવાની તથા આગળ શિક્ષણ પ્રાપ્ત કરવાની ઈચ્છા દિવસે ને દિવસે બળવત્તર બનતી જતી હતી. પરંતુ માત્ર વિચારવાથી શું થાય છે. ઓછામાં ઓછા દસ હજાર રૂપિયાની જરૂર હતી. તેમને લંડન પહોંચવા માટે પગારમાંથી રૂપિયાની જરૂર હતી. તેમને લંડન પહોંચવા માટે પગારમાંથી રૂપિયા બચાવીને તેમણે પાંચ હજાર રૂપિયાની મૂડી તો જમા કરી રાખી હતી. પરંતુ વધારે પાંચ હજાર રૂપિયાની જરૂર હતી.

હંમેશાની જેમ મિત્ર કેલુસ્કર તેમને કામમાં આવ્યો. તેમણે ડૉ.આંબેડકરને કહ્યું કે તે પાંચ હજાર રૂપિયા તેમની પત્ની રમાબાઈને ઘરખર્ચ માટે મોકલી દે તથા પુરા દસ હજાર રૂપિયા મારી પાસેથી લઈને લંડન ચાલ્યો જાય. ડૉ.આંબેડકરે મિત્ર કેલુસ્કરનું સુચન સ્વિકારી લીધું. એ દરમિયાન જ નવલ ભેટના ડૉ.આંબેડકરનો લંડનવાળો રૂમમેટ પમ હવે મુંબઈ આવી ગયો હતો. તેના સુચનાથી ડૉ.આંબેડકરે મહારાજા વડોદરાને ફરીથી વિનંતી કરી કે હું કાયદાનું શિક્ષણ પુરુ કરવા માટે લંડન જવા ઈચ્છુ છું જો તમે મને કંઈક આર્થિક સહાયતા કરી શકશો તો તમારી મોટી કૃપા રહેશે.

મહારાજા વડોદરાએ તેમને ૫ હજાર રૂપિયા રોકડા મોકલ્યા તથા પહેલાની જેમજ માસિક શિષ્યવૃત્તિ આપવાનો પણ સ્વીકાર કરી લીધો. વડોદરાના મહારાજ દ્વારા મોકલેલા પાંચ હજાર રૂપિયા ડૉ.આંબેડકરને મળતા નવલ ભેટના એ પણ તેમને પાંચ હજારની રકમ આપી.

ભીમરાવે લંડન જવાની તૈયારી કરી લીધી હતી. પાસપોર્ટ બનતા જ વહાણમાં બેસીને તે લંડન જઈ પહોંચ્યા. અહીંયા પહોંચીને ડૉ.આંબેડકરે 'લંડન

સ્કુલ ઓફ ઈકોનોમિક્સ એન્ડ પોલીટિકલ સાઈન્સ'માં પ્રવેશ લીધા પછી ગ્રે ઈન માં કાયદાનું શિક્ષણ મેળવવા માટે પ્રવેશ લઈ લીધો. અહીંયા એક અંગ્રેજ તેમનો ખાસ મિત્ર બની ગયો. તે એક સંપન્ન પરિવાર સાથે સંબંધિત હતો. તે સમયે-સમયે ડૉ.આંબેડકરને આર્થિક રૂપે મદદ પણ કરતો હતો. શિષ્યવૃત્તિ પણ સતત મળતી હતી. બધુ મળીને તેમની આર્થિક સ્થિતિ ઘણિ સારી હતી. કોઈ વસ્તુ કે પુસ્તકની તેમને જરૂર પડે તો તે તરત જ ખરિદી લેતા હતા.

જુન ૧૯૨૧ માં ભીમરાવ આંબેડકરે લંડન વિશ્વ વિદ્યાલયને પોતાનો એમ.એ. માટે શોધ પ્રબંધ પ્રસ્તુત કર્યો જેનો સહર્ષ સ્વીકાર પણ કરી લેવામાં આવ્યો અને તેમને સ્નાકોત્તરની ડીગ્રી આપવામાં આવી.

આ બાજુ વડોદરામાં ભીમરાવને મોકલવામાં આવેલી. શિષ્યવૃત્તિના વિરોધમાં છાની-છપની વાતો થવા લાગી. અચાનક થોડા સમય માટે શિષ્યવૃત્તિ બંધ થઈ ગઈ. એક પત્ર દ્વારા જ્યારે મહારાજને શિષ્યવૃત્તિ બંધ થવાની સુચના મળતા તેમણે તપાસ કરાવી તો ખબર પડી કે કોઈએ ષડયંત્ર કરીને આ કામ કર્યુ હતું. મહારાજાએ શિષ્યવૃત્તિ ફરીથી ચાલુ કરી દીધી પછી ડૉ.ભીમરાવને આર્થિક મુશ્કેલી ન પડી.

સમયસર તેમણે કાયદાની પરિક્ષા પણ પાસ કરી. તેમણે લંડનમાં ડી.લિટ.ની ડીગ્રી પણ પ્રાપ્ત થઈ. પરંતુ ઉચ્ચ શિક્ષણ પ્રાપ્તિની તેમની તરસ હજી પણ શાંત થઈ ન હતી. કેટલાક અન્ય અભ્યાસ માટે તે જર્મન ચાલ્યા ગયા. ત્યાં બોન વિશ્વવિદ્યાલયમાં ૧૯૨૨ થી ૧૯૨૩ સુધી અભ્યાસરત રહ્યા. અહીંયા પણ તેમના અભ્યાસનો વિષય અર્થશાસ્ત્ર જ હતો.

આ વિચારણિય વિષયમાં તેમનો શોધ પ્રબંધ રૂપિયાની સમસ્યા (પ્રોબ્લેમ ઓફ ધ રૂપિ) ઘણો ચર્ચિત રહ્યો. બધાએ તેની પ્રશંસા કરી અને વિદેષી કંપનીએ તેને પ્રકાશિત પણ કરી. ૧૯૨૨ માં ઓક્ટોબર મહિનામાં લંડન વિશ્વવિદ્યાલયમાં ડૉ.ઓફ પોલિટિકલ સાઈન્સ માટે રજુ કર્યો ૧૯૨૩ માં આ પ્રબંધ પુસ્તકના રૂપમાં વાચકોની સમક્ષ પણ રાખવામાં આવ્યો હતો.

પોતાના આ શોધ પ્રબંધમાં આંબેડકરે બતાવ્યું કે બ્રિટીશ સરકારે ભારતીય મુદ્રા મતલબ કે રૂપિયાને પાઉન્ડથી સંબંધ કરીને પોતાના માટે અતિલાભની પ્રાપ્તિનો માર્ગ મોકળો કરી લીધો છે. પરંતુ તેનું આ પરિણામ એ થઈ રહ્યું છે કે ભારતીય ધનનો પ્રવાહ બ્રિટીશ શાસકો અને ધનિકોની તિજોરીઓમાં તિવ્રતાથી વધી રહ્યો છે. આથી ભારતીય જનતા નિર્ધનતાના ચુંગાલમાં આવી ગઈ છે.

આંબેડકરના આ પ્રબંધને સાંભળીને બ્રિટિશ સરકારનો દ્રષ્ટિકોણ તેમના પ્રત્યે ઝડપથી બદલાયો. તેમના પર અત્યાર સુધી કૃપા બનીને વરસવા વાળી દ્રષ્ટિ

કોપની અગ્નિ બનીને પડવા લાગી. બ્રિટિશ સરકારના આ વલણને પરિણામે તેમને ડોક્ટ્રેટ ન આપવામાં આવ્યું. ડૉ.આંબેડકરને તો ડોક્ટરેટ તો જરૂર મેળવવાનું જ હતું. પછી થોડી સમજુતી પછી ડૉ.ભીમરાવને ડોક્ટરેટ આપવામાં આવ્યું.

'હિસ્ટ્રી ઓફ ઈન્ડિયન કરન્સી એન્ડ બેકિંગ ભાગ-૧' ના શીર્ષકથી આ પ્રબંધ ઈ.સ.૧૯૫૬માં પ્રકાશિત થયો.

★★★

૯

વકીલાત આરંભ

અભ્યાસ પુરો કરી ડૉ.આંબેડકર લંડન તથા બોનથી પાછા આવ્યા. મદદ માટે હંમેશા તત્પર મિત્ર કૈલુસ્કર અને નવલ ભટેનાએ તેમનું ઉમળકાભેર સ્વાગત કર્યું.

હવે સમસ્યા હતી વકિલાતનો અભ્યાસ શરૂ કરવાની. કાયદાની પરીક્ષા તો તે પાસ કરીને આવ્યા હતા પરંતુ કાયદાની વકીલાતનો અભ્યાસ કરવા માટે લાઈસન્સ લેવું પડતું હતું અને તેના માટે કેટલીક રકમ પણ જમા કરાવવી પડતી હતી. ભીમરાવની પાસે તો હંમેશા રૂપિયાની તંગી રહેતી હતી.

જ્યારે આ સમસ્યા મિત્ર નવલ ભટેના અને કૈલુસ્કરને ખબર પડી તો બંને ખુશીથી ડૉ.આંબેડકરની મદદ કરવા માટે તૈયાર થઈ ગયા અને તેમણે સાથે મળીને વકીલાતના લાઈસન્સની ફી જમા કરાવી દીધી. ડૉ.ભીમરાવ આંબેડકરને જલદી પ્રમાણપત્ર મળી ગયું તેમણે સ્વતંત્ર તે મુંબઈની 'હાઈકોર્ટ ઓપ જુડીકેયર' માં વકીલાત શરૂ કરી દીધી. તેમણે કોઈ અનુભવી વકીલના હાથ નીચે કામ કરવાની પરંપરાને પણ તોડી કેમકે તેમની પાસે ઉંડો અભ્યાસ અને તેનાથી પ્રાપ્ત અથાગ જ્ઞાનનો વિશાળ ભંડાર હતો પછી તેમને કોઈ અનુભવી વકીલની મદદની ક્યાં જરૂર હતી.

ભીમરાવે નિર્ણય કર્યો કે તે ઓછામાં ઓછી ફી લઈને કેસ લડશે તે એમના જ્ઞાનનું પરિણામ હતું કે તે જે પણ કેસ હાથમાં લેતા તેમાં ચોક્કસ તેમને જીત મળતી.

અલગ-અલગ પ્રકારના કેસ અને તેના પર વાદી-પ્રતિવાદી આ જ ન્યાયાલયોની ઓળખ છે. ઉચ્ચ ન્યાયાલયમાં અલગ-અલગ ન્યાયાલયોની

સરખામણીમાં ઓછા કેસ લડવામાં આવે છે માત્ર તે જ કેસ ઉચ્ચ ન્યાયાલય સુધી પહોંચે છે જેમાં અલગ ન્યાયલય કાયદાકીય ગૂંચના કારણે જેવા-તેવા નિર્ણય આવે છે. અથવા કેસથી સંબંધિત લોકોએ નિર્ણયને યોગ્ય માનતા નથી આવી સ્થિતિમાં હાઈકોર્ટના વકીલોને વધુ મહેનત કરવી પડે છે કેમકે તેમને કેસને સારી રીતે સમજીને તે કાયદાકીય ગૂંચ ઉકેલવાની હોય છે જેનો ઉપયોગ નીચલી કોર્ટના વકીલ કેસ ખોટો સાબિત કરવા માટે કર્યો હોય છે. ડૉ.આંબેડકરે આ વિષયમાં નિપૂણતા મેળવી લીધી હતી.

વકીલાત શરૂ કર્યાના કેટલાક સમય પછી એક વિચિત્ર કેસ ડૉ.ભીમરાવ આંબેડકરજી પાસે આવ્યો. કેસની વિચિત્રતા એ હતી કે ત્રણ અસ્પૃશ્ય લેખકોએ એક પુસ્તક લખ્યું હતું. પુસ્તકમાં લખ્યું હતું કે, દેશના બ્રાહ્મણ વર્ગ જ દેશમાં વ્યાપ્ત છુત-અછુતની સમસ્યાનું અસલી કારણ છે આ બ્રાહ્મણ જ દેશને પતનની ગર્તામાં ધકેલી દેવા માંગે છે. તેમણે અછૂતોને મનુષ્યેતર પ્રાણી જાહેર કરીને તેમનો બહિષ્કાર કર્યો છે. એટલું જ નહીં પુસ્તકમાં ે પણ લખ્યું હતું કે, બ્રાહ્મણને અછૂતોએ સડક વગેરે સફાઈ વહેલી સવારે જ અંધારામાં કરી લેવી જોઈએ જેથી સવારના સમયે તે લોકોની સામે ન આવે. આ વિચિત્ર કેસ સેશન જજ કોર્ટમાં ચાલી રહ્યો હતો. બ્રાહ્મણોએ એ લેખકો સામે માનહાનિનો કેસ દાખલ કર્યો હતો. આંબેડકરને જ્યારે આ કેસ વિશે ખબર પડી તો તેમણે કેસ પોતાના હાથોમાં લઈ લીધો. લેખકોએ તેમને તેમના મહેનતાણા વિશે પૂછ્યું તો તેમણે તો જે આપશે તે સ્વીકારી લઈશ તેમ જણાવ્યું. ત્રણે અસ્પૃશ્ય લેખકો આ વાત સાંભળી ખુશ થયા અને તેમણે પોતાનાથી બધા પ્રયાસ કરી મહેનતાણું ડૉ.ભીમરાવને આપ્યું. કેસ સેશન કોર્ટમાં શરૂ થયો. પહેલા દિવસે કાર્યવાહીમાં બંને પક્ષો તરફથી પોતપોતાના સાક્ષી રજૂ કરવામાં આવ્યા. બીજી તારીખ આવી ત્યારે બંને પક્ષના સાક્ષીઓની તપાસ કરી પોત-પોતાના પક્ષના સમર્થનમાં તર્ક અને પ્રમાણ રજૂ કરવામાં આવ્યા. ત્રીજી મુદતમાં ત્રણે પ્રતિવાદીઓને તેમનું સ્પષ્ટીકરણ કરવા માટે બોલાવવામાં આવ્યા. એમાં તેમણે કહ્યું કે આ પુસ્તક લખીને તેમણે કોઈ ગુનો કર્યો નથી. ચોથી મુદતમાં બંને વકીલોએ આમને-સામને દલીલો કરી.

બેરિસ્ટર આંબેડકરે પોતાના તરફથી બાધ્ય અને તર્ક રજૂ કરતા કહ્યું કે તેમના અસીલોએ જે કાંઈ લખ્યું છે તે તથ્યો પર આધારિત છે જો તેઓ ઈચ્છે તો એ તર્ક અને તથ્ય અહીં જ સાબિત કરી શકે છે. પોતાની દલીલ જારી

રાખતા ડૉ.આંબેડકરે પુસ્તકમાં લખેલી બધી વાતોની પુનરાવૃત્તિ કરી એટલું જ નહીં તેમણે આખા સંસ્કૃત સાહિત્યને ઢોંગનો પટારો ગણાવ્યો અને કહ્યું કે મૂર્તિપૂજા, કથાકીર્તન વગેરેને પોતાના તર્કથી ઢોંગ સાબિત કર્યા અને કહ્યું કે તેમના અસીલોને નિર્દોષ જાહેર કરવામાં આવે. બે દિવસ પછી જજે તેમના અસીલોને પોતાના નિર્ણયમાં નિર્દોષ જાહેર કર્યા.

★★★

૧૦

મહાર સંમેલન

આ વિચિત્ર કેસમાં જીત મેળવ્યા પછી આંબેડકરનું અછૂતોમાં માન વધી ગયું. મુંબઈની ગલીએ-ગલીમાં તેમના નામની ચર્ચા અને દલીલોની ચર્ચા થવા લાગી. અછૂતોના મનમાં તેમના માટે શ્રધ્ધાનો ભાવ જાગવા લાગ્યો. પરિણામે તેમના સન્માન માટે આયોજનની તૈયારી થવા લાગી.

આ સભાનો મૂળ ઉદ્દેશ્ય તેમને સન્માનિત કરવાનો તો હતો સાથે જ અછૂત તેમની પાસેથી માર્ગદર્શન પણ ઈચ્છતા હતા. દલિતો અને અછૂતોને એ વિશ્વાસ થઈ ગયો હતો કે ભીમરાવ આંબેડકર ચોક્કસ તેમની સમસ્યાઓનું યોગ્ય સમાધાન કાઢશે અને ભાવિ કાર્યક્રમોની યોનાઓ પણ નક્કી કરશે. અનેક સ્થળોએ તો આંબેડકરને અછૂતોના ભગવાન મનાવા લાગ્યા. મુંબઈની નજીક કોકણ જિલ્લામાં આ સભાનું આયોજન કરવામાં આવ્યું. ડૉ.ભીમરાવ આંબેડકરે સભાનું સંચાલન કર્યુ. ડૉ.ભીમરાવ આંબેડકરના જીવનમાં આ પ્રથમ સાર્વજનિક સંમેલન હતું જેની અધ્યક્ષતા તેમણે કરી અને બધાને સંબોધિત કર્યા હતા. આ સંમેલન મહાર સંમેલનના નામથી જાણીતું થયું.

આ સંમેલનમાં ડૉ.આંબેડકરે કહ્યું કે, આ મહાર સંમેલન એટલા માટે કરવામાં આવી રહ્યું છે જેનાથી દલિતવર્ગના લોકોને અછુત બનાવી તેમની સાથે અત્યાચાર કરવામાં ન આવે. તેમને પણ અધિકાર આપવામાં ાવે. આખરે તે પણ માનવી છે તેમને પણ અન્ય માનવીઓની જેમ જીવવાનો પૂરો અધિકાર છે.

'મહાર સંમેલન' નિર્ધારીત તારીખ, નિર્ધારીત સમય અને નિર્ધારીત સ્થાન પર ખૂબ વ્યાપક રીતે પૂરુ થયું. ડૉ.આંબેડકરે આ સંમેલનમાં પોતાના વિચાર ખુલ્લા મનથી રજૂ કર્યા. તેમણે કહ્યું આપણા અછૂતોના વિચારોમાં દ્રઢતાની

ખામી છે. એટલા માટે નિષ્ફળ થઈ જઈએ છીએ. દ્રઢ વિચારશક્તિથી ઈરાદાઓ સફળ બનાવી શકાય છે. તેમણે અછૂતોને કેટલાક વિશેષ સૂત્રો પણ આવ્યા. તેમણે કહ્યું કે આપણે સંગઠીત થવું પડશે. માળાના મોતીઓની જેમ એક સૂત્રમાં ગુંથાનું પડશે. આપણા નાના-નાના ઝઘડાઓને ભૂલી જઈને આપણી વિખરાયેલી શક્તિને ભેગી કરવી પડશે. કેમકે આ બધી વાતો જ આપણને નબળી પાડે છે અને નબળો વર્ગ હંમેશા ગુલામ રહે છે.

એમનો મોટાભાગનો સમય સમાજ સુધારણાના કાર્યોમાં જ પસાર થતો હતો. 20 જુલાઈ 1924માં ડૉ.આંબેડકરે 'બહિષ્કૃત હિતકારણીસભા'ને પુર્નજીવિત કરી. આર્થિક સમસ્યાના કારણે 1920માં શરૂ થયેલું સાપ્તાહિક 'મૂક નાયક' બંધ કરવું પડ્યું હતું. ડૉ.આંબેડકરે આ સભાનું રજીસ્ટ્રેશન કરાવ્યું. આ બહિષ્કૃત હિતકારણી સભાના ઉદ્દેશ્ય આ પ્રકારે હતા. (૧) દલિત છાત્રો માટે છાત્રાવાસોની સ્થાપના કરવી અને દલિત વર્ગમાં શિક્ષણનો પ્રચાર-પ્રસાર કરવો. (૨) દલિતો માટે પુસ્તકાલય, સાસ્કૃતિક ગતિવિધિ કેન્દ્ર શિક્ષા કેન્દ્રોની સ્થાપના કરવી (૩) દલિતોને ઔદ્યોગિક અને કૃષિ વિદ્યાલયોમાં શિક્ષણ આપી આ ક્ષેત્રમાં સ્વાવલંબી બનાવવા (૪) દલિત સમસ્યાઓનું પ્રતિનિધિત્વ અને નિવારણ કરવું.

સર સી.એચ. શીતલવાડે આ સભાનું અધ્યક્ષ હતા. શ્રી ચિવતારકર મંત્રી અને એન.ટી. જાધવ એના કોષાધ્યક્ષ હતા. સૌ પ્રથમ આ સભો સોલાપુરમાં એક દલિત છાત્રવાસ સ્થાપિત કર્યુ. પછી મુંબઈમાં એક પુસ્તકાલય તથા મહાર હોકી ક્લબની સ્થાપના કરી. જો કે એ સમયે મુંબઈમાં બીજી પણ દલિત ઉધ્ધાર અને સમાજ સુધારક સંસ્થાઓ કાર્યરત હતી પરંતુ તેમનું કાર્યક્ષેત્ર સીમીત હતું વળી તે ડૉ.આંબેડકર જેવા નામી વ્યક્તિત્વની નીચે કાર્યરત પણ નહતી.

ડૉ.આંબેડકરના અનન્ય સમર્થક અને સહાયક છત્રપતિ સાહૂ મહારાજ, સયાજીરાવ ગાયકવાડ વગેરે નેતાઓ અને સમાજ સુધારકોએ દલિતોના ઉધ્ધારમાં પ્રસંશનીય કાર્ય કર્યા હતા. એ સમયે ડૉ.ભીમરાવે દલિતોના 'આત્મ સહાયતા'નું સુત્ર આપ્યું હતું.

તેમણે કહ્યું કે, આત્મ સહાયતા જ ઉત્તમ સહાયતા છે. આત્મસહાયતા અને આત્મસન્માનનો યુગ શરૂ થયો. બહિષ્કૃત હિતકારણી સભાના કાર્યક્રમ વ્યસ્થિત રીતે ચાલી રહ્યા હતા. સભા સ્થિર થઈ ગઈ હતી એના અંતર્ગત ગોલાપુર છાત્રાવાસના છાત્રોને વસ્ત્ર, લેખન સામગ્રી વગેરે આપવામાં આવ્યા અને સોલાપુર નગરપાલિકાએ પ્રતિછાત્ર 40 રૂપિયા દર મહિને છાત્રવૃત્તિ પણ

આપી. આ સાથે બહિષ્કૃત હિતકારણી સભાએ 'વિદ્યાવિલાસ' નામે એક માસિક પત્રિકા પણ ચલાવી. જેમાં દલિત છાત્રોના લેખ છાપવામાં આવતા હતા.

બહિષ્કૃત હિતકારણી સભાએ જ મુંબઈમાં બહિષ્કૃત વિદ્યાર્થી સંમેલનને પમ આયોજિત કર્યુ, એપ્રિલ ૧૯૨૫ માં રત્નગિરી જિલ્લાના માલવણ ગામમાં મુંબઈ પ્રાન્તીય અસ્પૃશ્ય પરિષદનું પહેલું સંમેલન થયું કે, અછૂતોના ઉધ્ધારના કાર્યો અછૂતના હાથે જ થવા જોઈએ. સર્વણ આ અછુત ઉધ્ધારના કાર્યક્રમનું સંચાલન પ્રમાણિકતાથી કરતા નહતા. તે દેખાડો વધુ કરતા હતા જ્યારે કામ ઓછા થતા હતા.

ડૉ.આંબેડકરે ગોવાના અછૂતોનો સંપર્ક કર્યો. દક્ષિણ ભારતમાં સમા સ્વામી ઉપાયકર દ્વારા અછૂતોના અધિકારો માટે કરવામાં આવેલા સત્યાગ્રહની પ્રશંસા કરી, તેમણે તેને પોતાની પત્રિકામાં પણ પ્રકાશિત કર્યુ. એપ્રિલ-1925 માં ડૉ.આંબેડકરે જૈજુરીની સામાન્ય બેઠકમાં ભાગ લીધો તેમણે કહ્યું કે, અછુત પોતાના નિવાસ માટે સરકાર પાસેથી પડતર જમીન માંગે, જો તમે જીવવા ઈચ્છો છો તો જિંદાગીલ બનીને જીવો જે કંઈપણ અન્ય નાગરિકોને મળે છે તેવું જ અનાજ, કપડા અને મકાન દલિતોને પણ મળવા જોઈએ. આ તમારો જન્મસિધ્ધ અધિકાર છે આ બધુ મેળવવા માટે આપણે આગળ આવવું પડશે અને દ્રઢતા સાથે સંઘર્ષ કરવો પડશે.

કોઈ કારણોસર તેમની વકીલાત કાંઈ ખાસ ચાલી રહી ન હતી. આર્થિક સ્થિતિ પહેલાની જેમ સારી રહેતી ન હતી. એટલે તેમણે વધારાની આવક મેળવવા માટે જૂન 1925 થી લઈ માર્ચ 1928 સુધી બાટલીબોય એકાઉન્ટેન્સી ટ્રેનિંગ ઈન્સ્ટીટ્યૂટમાં મર્કેન્ટાઈલ લો ના પાર્ટટાઈમ લેક્ચરર તરીકે કામ કર્યું.

તેમના ધર્મપત્નીએ એકપુત્રને જન્મ આવ્યો. જેનું નામ રાજરત્ન રાખવામાં આવ્યું હતું. આ પુત્ર અને પહેલા પુત્રની વચ્ચે એક પુત્રીનો પણ જન્મ થયો હતો જે બાળપણમાં દ મૃત્યુ પામી હતી.

કોરેગાંવના યુધ્ધ સ્મારકની પાસે સન 1925માં એક સંમેલન થયું હતું. એ સમયે તે સ્મારકનું ખુબ મહત્વ હતું. બ્રિટીશરાજ હતુ અને આ અંગ્રેજ ભક્તોનું જ યુધ્ધ સ્મારક હતુ. ડૉ.આંબેડકરે અહી ખુબ જ તેજસ્વી ભાષણ આપ્યું હતું. જે આંબેડકરે ભાષણમાં કહ્યું મારો બ્રાહ્મણોને અનુરોધ છે કે તે અછૂતો સાથે ખરાબ વ્યવહાર ન કરે. તેમને સારી નજરથી જુઓ તે પણ તેમના ભાઈ છે.

સમાજ અને સરકારે તેમને નોકરી આપવી જોઈએ. અછુત વિદ્યાર્થીને

છાત્રવૃત્તિ અને ભોજન આપવું અને તેમની પાસે મરેલા ઢોર ઉઠાવવા તેવું ખરાબ કામ ન કરાવી જાતે તેને ઉપાડવાની વ્યવસ્થા કરે. દારૂના વેચાણ પર પ્રતિબંધ લગાવવામાં આવે અને ગરીબ અછુત બાળકોના મફત શિક્ષણ માટે પણ પ્રસ્તાવ મૂક્યો. 'એટલું જ નહીં તેમણે તે એ પણ કહ્યું કે, 'અમને હિંદુ હોવા અંગે ક્ષોભ છે. જ્યાં સુધી અમે હિંદુ ધર્મમાં રહીશુ ત્યાં સુધી અમે અન્યાયનો પ્રતિકાર નહી કરી શકીએ.

અન્યાયનો પ્રતિકાર કરવા માટે બળની જરૂર રહે છે. માનવીય બળ, આર્થિક બળ અને માનસિક બળ, હિંદુ ધર્મની રચના, વર્ણ કલ્પના પર આધારિત છે. મારી બુધ્ધિમાં હિંદુ ધર્મ બેસતો નથી. કેમકે માનવી ધર્મ માટે બન્યો નથી. પરંતુ ધર્મ માનવી માટે બનાવવામાં આવ્યો છે. જે ધર્મ અમારી મનુષ્યતાનું કોઈ મનુષ્ય સમજતો નથી એ ધર્મમાં અમે શું કરવા રહીએ જે ધર્મ અમને પાણી પણ પીવડાવી શકતો નથી એને અમે કેમ માનીએ?

ડૉ.આંબેડકર ઈચ્છતા હતા કે અછુત પણ પોતાને માનવી સમજે પણ એ ત્યારે જ શક્ય હતું જ્યારે તેને બનતી ત્વરાથી માનવીય અધિકારો મળે. ડૉ.આંબેડકર આ અધિકારો મેળવવા માટે એક માત્ર ઉપાય સખત સંઘર્ષને જ સમજતા હતા. તેમણે સત્યાગ્રહ પર પણ ભાર મૂક્યો. તેમના દ્વારા કરવામાં આવેલા સત્યાગ્રહોમાં બે સત્યાગ્રહ ખુબ જાણીત થયા. પહેલા મહારનો જળ સત્યાગ્રહ બીજો માસિકનો ધર્મ સત્યાગ્રહ મહારાષ્ટ્રના કર્મઠ સમાજ સુધારક શ્રી એચ.કે. બોલેએ સન 1923માં બોમ્બો કાઉન્સીલમાં એ પ્રસ્તાવ રજૂ કર્યો હતો કે સરકાર દ્વારા સાર્વજનિક નાણાથી સંચાલિત સંસ્થાઓ, અદાલત, વિદ્યાલય, દવાખાના, કાર્યાલય, ધર્મશાળા, કુવા, તળાવ, સરોવર વગેરે સ્થાનો પર અછૂતોના પ્રવેશ અને ઉપયોગ કરવાનો અધિકાર આપવામાં આવે. આ પ્રસ્તાવ જ ઓગસ્ટ ૧૯૨૩ના દિવસે પસાર થઈ ગયો હતો. સરકારે તે મુજબના આદેશ પણ જારી કર્યા હતા.

જેના પરિણામે કોલોવાની નગરપાલિકાએ અછૂતોને ચાવદાર તળાવથી પાણી ભરવાનો અધિકાર આપી દીધો. પરંતુ સર્વદા હિન્દુ જેની વિરૂધ્ધ હતા. એથવી કોલાવા જિલ્લાના અછૂતોએ 19-20 માર્ચ 1925ના દિવસે ડૉ.આંબેડકરના નેતૃત્વમાં એક સભાનું આયોજન કર્યુ. ડૉ.આંબેડકરે સભાને સંબોધિત કરી કહ્યું કે સ્વતંત્રતા ક્યારેય ભેટમાં મળતી નથી તેના માટે સંઘર્ષ કરવો પડે છે. 20 માર્ચે તેમણે ચાવદાર તળાવમાંથી પાણી ભરવાનો નિર્ણય કર્યો. એ કારણે તણાવનું વાતાવરણ ઉભુ થયું. બંને વર્ગોમાં સંઘર્ષની તૈયારી શરૂ થઈ. બંને પક્ષે મારપીટ કરવામાં આવી એમાં પી.એન. રાજભોજ ગંભીર

રીતે ઘાયલ થયા હતા. ડૉ.આંબેડકર મહાડમાં થયેલા અપમાનનો બદલો લેવાની યોજના બનાવવા લાગ્યા.

મહાડના સુવર્ણ હિન્દુઓએ ચાવદાર તળાવની શુધ્ધિ કરી તો ડૉ.આંબેડકરે તેના 'બહિષ્કૃત ભારત'ના માધ્યમથી પ્રતિવાદ પ્રકાશિત કર્યો. તે સાથે જ તેમણે સત્યાગ્રહ કરવાનો નિશ્ચય કર્યો અને 'બહિષ્કૃત હિતકારીણી સભા'ના કાર્યાલયમાં સત્યાગ્રહીઓના નામ લખવામાં આવ્યા. 'મહાડ સત્યાગ્રહ સમિતિ'નું ગઠન કરવામાં આવ્યું. 24 ડીસેમ્બર 1927ના સત્યાગ્રહ પહેલા સભા થઈ રહી હતી. એ સભાના જિલાધીશોએ તેમને સાવધાન કર્યા કે ચાવદાર તળાવ ખાનગી સંપતિ છે. આ વિષયમાં મામલો ન્યાયાલયમાં વિચારધીન છે. તેના ફેસલા પહેલા કોઈ કાર્યવાહી કરવામાં આવશે તો ન્યાયાલય તરફથી માનહાનીનો મામલો ચલાવવામાં આવશે.

મજબુર થઈને ડૉ.આંબેડકરને સત્યાગ્રહ સ્થગિત કરવો પડ્યો અને તેમણે પોતાના લોકોને સમજાવીને પાછા મોકલી દીધા.

ધર્માન્તરણની ઘોષણા

મહાડ સંમેલનમાં આંબેડકર તથા તેના સાથિઓને એવી પ્રેરણા તથા શક્તિ મળી કે તે કંઈક કરવા તથા મરવા માટે તૈયાર થઈ ગયા.

ચાવદાર સરોવરની આજુ બાજુના લોકો માટે પાણીનો ઘણો મોટો અને સારો સ્રોત હતો પરતું દુઃખની વાત એ હતી કે આ સરોવરમાં મહાડ વગેરે નિમ્ન જાતિઓના લોકોને પાણી ભરવાની આજ્ઞા નહતી.

ડૉ.ભીમરાવને જયારે આ વાતની ખબર પડી તો તે આ અલિખિત આજ્ઞાનું ઉલ્લંઘન કરવા માટે તત્પર થઇ ગયા. મહાડ સંમેલનમાં નિશ્ચય કરવામાં આવ્યો કે બીજા દીવસે સરોવર પર જઇને સત્યાગ્રહ કરવામાં આવશે મતલબ મહાર ત્યાં જઇને પાણી પીશે.

ચાવદાર સરોવર પર જયારે મહારોને લઇને ડૉ.ભીમરાવ આંબેડકર ગયા તો તેમા સર્વ શ્રી એસ.કે. બોલે વગેરે અનેક સવર્ણ હિન્દુ સામેલ હતા. જે આંદોલનનું નેતૃત્વ કરી રહ્યા હતા. શ્રી એસ.કે.બોલે તેજ વ્યક્તિ હતા જેમણે સભામાં પ્રસ્તાવ રાખ્યો હતો કે ''પાણી ભરવાના બધા સાર્વજનિક સ્થાનો અને ધર્મશાળાક્તમાં અછૂતો પ્રત્યે કોઇ ભેદભાવ રાખવામાં ન આવે.''

એ સમયના સામાજીક વાતાવરણ માટે આ એક પ્રકારી અનહોની ઘટના હતી. એટલુજ નહીં શ્રી બોલે દેવારા જયારે આ પ્રસ્તાવ મુંબઈ વિધાનસભામાં પ્રસ્તુત થયો તો ત્યાં તેને સ્વીકારી લેવામાં આવ્યો. ન માત્ર બોલે પરંતુ શ્રી

જી.આર. સહસ્ત્રબુધ્ધેએ પણ આ બધા પ્રયાસમાં ખભાથી ખભો મીલાવીને ડૉ.આંબેડકરને તેમના સંઘર્ષમાં સાથ આપ્યો.

ડૉ.ભીમરાવ આંબેડકર જુલુસ લઈને ચાવદાર સરોવર પર ગયા ત્યાં તેમણે જ પ્રથમ પોતાનો ખોબો ભરી પાણી પીધુ. તે સમયે આંબેડકરે કહ્યું અધિકાર આપવામાં આવતો નથી, ન તો અધિકાર અપાવે છે, જો અધિકાર મેળવવા ઈચ્છો છો તો સંઘર્ષ કરો. જેવી રીતે સ્વતંત્રતા મેળવવા માટે સેનાની સંઘર્ષ કરે છે તે જ રીતે તમે પણ સમાજ તથા સરકારની સાથે સંઘર્ષ કરો.

આંદોલનમાં ઉપસ્થિત બધા લોકોએ ચાવદાર સરોવરનું પાણી પીધુ. ડૉ.ભીમરાવ આંબેડકરનું ભાષણ સાંભળીને આંદોલનકારી વીરેશ્વરના મંદિર તરફ રવાના થયા. ત્યાં પહોંચીને મહારોએ મંદિરમાં દર્શન કર્યા તથા બહાર નીકળી ગયા.

પંડો અને પુજારીઓથી આ સહન થયુ નહીં. મહાર આંદોલનકારી જ્યારે પોતપોતાના મંડપમાં ભોજન કરી રહ્યા હતા. બરાબર તે જ સમયે પંડો તથા પુજારીઓના કહેવાથી આજુબાજુના અનેક સવર્ણ લાકડીઓ, ભાલા, બરછી લઈને મહારો પર તુટી પડ્યા અને મહારોને ત્યાંથી ધકેલી દીધા.

પરંતુ બીજા જ દિવસે આંબેડકરે પુરી તૈયારી કરી અને ચાવદાર સરોવરને એક રીતે પોતાના કબ્જામાં લી લીધું. વીરેશ્વર મંદિરવાળી ઘટનાનો તેમણે બદલો લીધો. આ એક જ સંમેલને ડૉ.ભીમરાવ આંબેડકરને અછૂતોના દેવદુતના રૂપમાં મહારાષ્ટ્રમાં વિખ્યાત કરી દીધા.

ચાવદાર સરોવર પર મહારોના કબ્જા પછી ડૉ.આંબેડકરે સભાને સંબોધિત કરી તથા કહ્યું ''તમે લોકો ખરેખર વીર છો, તમે તમારા અધિકારોની સુરક્ષા માટે લડો છો, કંઈક વિચાર કરીને જ અમે સત્યાગ્રહને સ્થગિત કરી દીધો છે, પરંતુ તેનો એ મતલબ નથી કે અમે અમારો સંઘર્ષ બંધ કરી દીધો છે કે સમાપ્ત કરી દીધો છે. જ્યાં સુધી આ ચાવદાર સરોવર પર આપણો પૂર્ણ અધિકાર સ્વીકાર નહીં થાય ત્યાં સુધી આપણું યુધ્ધ ચાલુ રહેશે.''

એ સમયે હિન્દુ ધર્મમાં પોતાની આસ્થા ન હોવાની ઘોષણા કરતા તેમણે કહ્યું કે ''દુર્ભાગ્યે હું હિન્દુ સમાજમાં જન્મ્યો છું આ મારા પોતાના હાથની વાત ન હતી, પરંતુ હિન્દુ સમાજમાં રહેવાનો ઈન્કાર કરવાનું મારા વશમાં છે. હું તમને લોકોને વિશ્વાસ અપાવું છું કે હું હિન્દુ રહીને નહીં મરીશ.

જે બે આંદોલનનો ઉલ્લેખ ઉપર કરવામાં આવ્યો છે તે લગભગ 1926 અને 1927 નો સમય છે. 1926માં તેમણે રોયલ કમિશનની સામે ભારતીય મુદ્દા પર ભાષણ આપ્યુ, જે ખુબજ મહત્વપૂર્ણ માનવામાં આવે છે. એ પહેલા

તેમનું એક પુસ્તક પણ પ્રકાશિત થઈ ગયું હતું. જેનું શિર્ષક 'ઈવોલ્યુશન ઓફ ધ પ્રોવિંશિયલ ફાઈનાન્સ ઈન બ્રિટિશ ઈન્ડિયા' મતલબ બ્રિટીશ ભારતમાં પ્રાન્તિય અર્થ વ્યવસ્થાનો વિકાસ એનાથી પણ તેમને ઘણી ખ્યાતિ મળી.

આ પુસ્તક ખરેખર તો ડૉ.આંબેડકરનો તે શોધ પ્રબંધ હતો. જેના આધાર પર તેમને કોલમ્બિયા વિશ્વવિદ્યાલયમાંથી ડીગ્રી પ્રાપ્ત થઈ હતી. પહેલા તેનું શીર્ષક હતું 'નેશનલ ડિવિડેન્ટ ઓફ ઈન્ડિયા એ હિસ્ટોરિક એન્ડ એનેલેટિકલ સ્ટડી' પોતાના આ શોધ પ્રબંધમાં ડૉ.આંબેડકરે પબ્લિક ફાઈનાન્સ ગર્ભિત વ્યાખ્યા કરી હતી. બ્રિટીશ સામ્રાજ્ય દ્વારા ભારતમાં સામ્રાજ્યવાદી વ્યવસ્થાના અંતર્ગત ઈ.સ.1833 ના એક્ટથી આગળની નાણાકિય વ્યવસ્થાના વિકાસની ઈતિહાસ પર મોટી બુધ્ધિમતાથી પ્રકાશ ફેંક્યો છે. તેમણે લખ્યો કે ભારતમાં બ્રિટીશ નિતી બ્રિટિશ ઉદ્યોગો તથા ઉત્પાદનોને સામે રાખીને બનાવવામાં છે અને ભારતીય જનતાના હીતને પરદા પાછળ રાખવામાં આવે છે અથવા તો એકદમ કચડી નાખવામાં આવે છે. બ્રિટિશ સરકારે અનેક દમનકારી પગલા ઉઠાવ્યા. ભારતીયોના વિચાર પર પ્રતિબંધ લગાવ્યા તથા ભારતીય જનતાના અન્ય અધિકારીઓ પર પણ તેમને નિષેધાત્મક કાયદા બનાવ્યા.

તેમની વિધ્વતાથી પ્રભાવિત થઈને 1926માં તેમને મુંબઈ પ્રેસિડેન્સી લેજિસ્લેટિવ કાઉન્સિલના સભ્ય પણ ચુંટવામાં આવ્યા.

મરાઠિ પખવાડિક 'બહિષ્કૃત ભારત' એપ્રિલ 1927 ડૉ.આંબેડકર દ્વારા પ્રકાશિત કરવામાં આવ્યું. પત્રના ઉદ્દેશના વિષયમાં તેમણે કહ્યું હતું કે દેશમાં વિવિધ પ્રકારના રાજનિતીક તથા સામાજીક પરિવર્તન થઈ રહ્યા છે. તેમને લાગી રહ્યું છે કે ઈ.સ.1930 સુધી ભારતમાં ઘણા રાજનીતિક સુધારા થઈ શકે છે. એવી સ્થિતિમાં ભારતના અછૂતોની સંખ્યાના પ્રમાણમાં અધિકાર મળે. તેમની રાજનીતિક સુરક્ષાનો સાચો પ્રબંધ થાય જેથી તે રાજનીતિક સુધારાઓથી વંચિત ન બને. આ બધુ અછુત સમુદાય ત્યારેજ જાણી શકે છે જ્યારે કોઈ જાગૃત વિચારોવાળી તેમની પત્રિકા હોય. પોતાના કષ્ટોથી અજાણ આ સમુદાયના કષ્ટો શું છે, તેની તેમને જાણ કરવી જરૂરી છે. આ વર્ગના રાજનીતિક સુધારાઓના વિષયમાં શું વિચાર અને પ્રતિક્રિયાઓ જરૂરી છે. તેને શાસનની સામે રાખવી એટલું જ જરૂરી થઈ ગયું છે.

આ એ જ બધી વાતો છે જેને ધ્યાનમાં રાખીને ડૉ.ભીમરાવે 'બહિષ્કૃત ભારતના' પ્રકાશનનો આરંભ કર્યો હતો જો કે પત્રિકાના નામથી એ ક્યારેય લાગતુ ન હતું કે આ પત્રિકા માત્ર અછૂતો માટેજ પ્રકાશિત થાય છે.

આ પહેલા ડૉ.આંબેડકર 'મુક નાયક'નું પણ સંચાલન કરી રહ્યા હતા તેમાં તેમણે કોઈપણ પ્રકારનું પદ ગ્રહણ કર્યુ ન હતું. માત્ર પોતાના વિચારોને લેખનબધ્ધ કરીને પોતાના વાચકો સુધી પહોંચાડવાની જવાબદારી તે સંભાળતા હતા. પરંતુ 'બહિષ્કૃત ભારત'ના તો તે પોતેજ સંપાદક હતા.

ચાવદાર સરોવરના પ્રકરણમાં આપણે શ્રી બોલેનો ઉલ્લેખ કરતા આવ્યા છીએ. આંબેડકરે પોતાના પત્ર 'બહિષ્કૃત ભારત'ના માધ્યમથી સરકાર પર ભાર મુકવાનું ચાલુ કર્યુ કે તે 'બોલે'ના પ્રસ્તાવને વ્યવહારમાં લાવવાનો ક્રિયાત્મક ઉપાય કરે. તેમણે ત્યાં સુધી લખ્યું કે જે લોકો બોલેના પ્રસ્તાવનો વિરોધ કરી રહ્યા છે તેમને સજા કરવામાં આવે.

ડૉ.આંબેડકરે કહેતા હતા કે તેમનો વિરોધ બ્રાહ્મણવાદ સાથે છે. બ્રાહ્મણો સાથે નહી, તેમણે સ્વીકાર કર્યો કે અનેક બ્રાહ્મણો મારા સારા મિત્રો છે. લોકમાન્ય તિળક જેવા મુનીઓ, સુધારાવાદી, સ્વતંત્રતા સેનાની જેવા વ્યક્તિઓના વિષયમાં તેમણે કહ્યું હતું કે, જો તિલક અછૂતોની વચ્ચે જન્મ્યા હોત તો તે એ નારો ન લગાવત કે, 'સ્વતંત્રતા મારે જન્મસિધ્ધ અધિકાર છે.' પરંતુ તે એવું કહેતા કે ''છૂત અછૂતનો નાશ મારો જન્મસિધ્ધ અધિકાર છે.'

★★★

૧૧

સાઈમન કમીશન

મે 1928 માં સાઈમન કમીશન ભારત આવ્યા. એ દિવસોમાં મુંબઈ જ અંગ્રેજોનું પ્રવેશ દ્વાર હતું. આથી પહેલા મુંબઈ આવવું જરૂરી હતું ત્યાંથી જ આગલની કાર્યવાહી શરૂ થતી હતી.

આ કમિશનનું વાસ્તવિક નામ તો ઈન્ડિયન સ્ટેચ્યુટરી કમીશન' હતું. પરંતુ તે પ્રખ્યાત સાઈમન કમિશનના નામથી થયુ હતું. સાઈમન કમીશનની બેઠકોમાં ડૉ.આંબેડકર પણ હાજર રહેતા હતા. એક વખત તેમણે પોતાનો પુર્વ પરિચય આપ્યો. સાઈમનને તે વિશે પહેલેથી જ જાણ હતી. સાઈમને તેમને કહેવાની સ્વતંત્રતા આપી. ડૉ.આંબેડકરે કહ્યું કે તે અછૂતોની તરફથી એક આવેદન પ્રસ્તુત કરવા ઈચ્છે છે. સાઈમને તેમને કહ્યું કે આવેદન રજુ કરતા પહેલા બતાવો કે તેમાં શું લખ્યું છે. તેને યોગ્ય અવસર સમજીને આંબેડકરે પોતાના આવેદનના મુખ્ય અંશ સંભળાવતા કહ્યું કે 'ભારતની વસ્તીનો પાંચમો ભાગ અછૂતો તથા દલીતોથી ભરેલો છે. તેને પદ દલિત કરવામાં આવે છે. તેમને હેરાન કરવામાં આવે છે આ દલિતો પર બ્રાહ્મણો તથા સવર્ણો લોકો મનમાન્યો અત્યાચાર કરે છે. તેને તે મનુષ્ય નહી પશુ સમજે છે. તે કુવામાંથી પાણી ભરી શકતા નથી, નળમાંથી પાણી પી શકતા નથી તળવા પર પણ જઈ શકતા નથી. તેના પર જે અત્યાચાર થઈ રહ્યા છે તે તરતજ બંધ કરી દેવા જોઈએ.' એટલું નહી આંબેડકરે એ પણ કહ્યું કે ''અછૂતો દલિતો તથા આદિવાસીઓને હિન્દુઓથી અલગ તથા લઘુમતી માનવા જોઈએ. દરેક યુવકને મત આપવાનો અધિકાર હોવો જોઈએ અને તેમનું ક્ષેત્ર સુરક્ષિત હોવું જોઈએ.'

અછૂતો માટે અલગ અનામતની વાત તો ત્યાંથી જ શરૂ થઈ. જોન સાઈમન પર આંબેડકરની વાતોનો સારો પ્રભાવ પડ્યો. આંબેડકરે સાયમનની સમક્ષ એ સ્વીકાર કરવો પડ્યો કે તે હિન્દુ છે. તેમના અછુત પણ હિન્દુની શ્રેણીમાં આવે છે. તેમણે તેમના માટે અલગ અનામતની માંગણી કરી. ડૉ.આંબેડકર મે

1926માં સાઈમન કમીશનની સામે હાજર થયા. જુન 1928 માં તેમને ગવર્મેન્ટ લો કોલેજમાં પ્રોફેસર નિમણુક કરવામાં આવ્યા.

નાસિક સત્યાગ્રહ

પાછલા પાનાઓમાં આપણે કોલાબાના વિરેશ્વર મંદિર પ્રવેશ અને ચાવદાર સરોવરના જળપાનની વાત વાંચી ચુક્યા છીએ ત્યારે સાયમન કમીશનના સભ્ય ગવર્મેન્ટ લો કોલેડ મુંબઈના પ્રોફેસર ડૉ.ભીમરાવને પોતાની પ્રસિધ્ધિ માટે નાસિકનું કાલા રામમંદિર ધ્યાનમાં આવ્યું. તેમણે ત્યાં પ્રવેશ મેળવવા માટે સત્યાગ્રહ કરવાનો નિશ્ચય કર્યો.

સર્વ શ્રી બી.જી. ખૈર અને બી.આર. કાલેશ્વરને જ્યારે ડૉ.આંબેડકરના સત્યાગ્રહ વિશે જાણ થઈ તો તેમણે પણ સત્યાગ્રહમાં ભાગ લેવાનો નિર્ણય કર્યો. આ રીતે સવર્ણ હિન્દુ પણ આંબેડકરને ડગલે ને પગલે સહયોગ આપતા રહ્યા. બસ પછી તો શું હતું. સવર્ણ સહયોગી પ્રાપ્ત થઈ જાય અને પોતાના અછુત તેમના શબ્દો પર મરી મીટવા માટે તૈયાર થી જાય ત્યાં ભલા આંબેડકર કેવી રીતે પાછળ રહે. 30 માર્ચ 1930નો સત્યાગ્રહ શરૂ કરી દેવામાં આવ્યો. પરંતુ ખેદજનક વાત એ હતી કે અહીંયા આંબેડકર અને તેમના સહયોગી અને મોંની ખાવી પડી હતી. ન તો બ્રિટિશ સરકારે કે તેના અધિકારીઓએ તેમને સાથ આપ્યો. ન તો પ્રાન્તની પોલીસે.

નાસિક હિન્દુઓનું એક પ્રસિધ્ધ તિર્થસ્થળ છે. આ એજ પંચવટી છે. જ્યાં વનવાસના ગાળામાં શ્રી રામચંદ્રએ પોતાનો મોટાભાગનો સમય પસાર કર્યો હતો. સુર્પણખાંના નાકનું છેદન તથા રાવણ દ્વારા સીતા હરણ અહીંજ થયું હતું એમ માનવામાં આવે છે. આ ‘કાલા રામ’નું મંદિર છે. રામની મૂર્તિ કાળા પથ્થરની હોવાને કારણે આ મંદિરનું નામ કાલારામ મંદિર જ પડી ગયું. રામનવમીના અવસરે અહીંયા 15 દિવસનો મેળો ભરાય છે. આ અવસરે રથયાત્રા કાઢવામાં આવે છે. ગોદાવરી નદીમાં સ્નાન કર્યા પછી હિન્દુ રામચંદ્રજીનો રથ ખેંચવા લાગી જાય છે. આ સુવિધા અછૂતોને માટે ન હતી. ઈ.સ. 1929 થી જ અછૂતો તેના માટે પ્રયત્ન કરી રહ્યા હતા કે ઓછામાં ઓછા રથનો સ્પર્શ તો તેમને કરવા દેવામાં આવે. તથા નદીમાં સ્નાન કરવા તથા મંદિરમાં દર્શન કરવા માટે જવા દાવમાં આવે.

સફળતા ન મળતા ત્યાંના અછુત નેતાઓએ ડૉ.આંબેડકરને ત્યાં બોલાવ્યા. ડૉ.આંબેડકર ત્યાં પહોંચ્યા અને આખુ વાતાવરણ જોયું. 2 માર્ચ 1930 થી સત્યાગ્રહ શરૂ કરતા પહેલા તેમની અધ્યક્ષતામાં એક સભા થઈ અને સત્યાગ્રહની ઘોષણા કરવામાં આવી. 3 વાગ્યે આ યાત્રાની શરૂઆત થઈ આગળ-આગળ ઢોલ વાજા વાગી રહ્યા હતા. જુલુસને આવતા જોઈને મંદિરના સંચાલકોએ

મંદિરના દરવાજા બંધ કરી દીધા. દરવાજા બંધ જોઈને જુલુસ ગોદાવરી નદીની તરફ વળી ગયું. ત્યાં ફરીથી સભા થઈ સરકારે ધારા 144ની ઘોષણા કરી દીધી, પરંતુ છતાં પણ ધરણાના રૂપમાં સત્યાગ્રહ ચાલુ થઈ ગયો. રામનવમીના દિવસે ભીડમાં અનેક અછૂતો પણ અંદર પહોંચી ગયા. પરંતુ ઓળખાઈ જવાથી તેમને માર પડ્યો. આંબેડકરના સમર્થકોનું કહેવાનું હતું કે પોલીસ પણ આ દલિતોને મારવામાં સામેલ હતી.

રથયાત્રા આરંભ થતાજ ડૉ.આંબેડકર પોતાના યુવાનોને લઈને ત્યાં પહોંચી ગયા. દાદા સાહેબ ગાયકવાડે આંબેડકરને કહ્યું કે તેમનું જીવન અહીંયા ખતરામાં છે. આથી તેમણે અહીંથી ચાલ્યા જવું જોઈએ. પરંતુ આંબેડકરે તેમના પ્રસ્તાવનો સ્વીકાર ન કર્યો. એ સમયે કેટલાક યુવકોએ તેમના પર હુમલો કરી દીધો અને કેટલાક યુવકો રથ લઈને ભાગી ગયા અને એક સાંકડી ગલીમાં રથ ઉભો રાખી દીધો. રથ ઉપર સશસ્ત્ર પોલીસનો પહેરો રાખી દીધો જ્યારે ડૉ.આંબેડકર કોઈપણ રીતો ત્યાં પહોંચ્યા તો તે લોકોએ તેમના કાર્યને સફળ થવા દીધું નહીં ન તો રથ ખેંચવા દેવામાં આવ્યો ન તો કાલારામ મંદિરમાં દર્શન માટે જવા દીધા. મામલામાં એક વર્ષ સુધી મંદિરના દરવાજા બંધ રહ્યા જ્યારે રથયાત્રાનો મોકો આવતો અછૂતો પોતાની માંગ લઈને ત્યાં પહોંચી જતા. છેલ્લે જિલ્લાધીશે રથયાત્રાની પ્રથાજ સમાપ્ત કરી દીધી. રથ વગર મૂર્તિ જ સ્નાન કરાવવા માટે લઈ જવામાં આવી. પરંતુ 1931માં તેના પર પણ પ્રતિબંધ લગાવી દેવામાં આવ્યો. ધીમે-ધીમે આંદોલન જોર પકડતુ ગયુ અને ઓક્ટોબર 1935 માં કાલારામ મંદિર અછૂતો માટે ખોલી નાખવામાં આવ્યું.

★★★

૧૨

ગોળમેજી સંમેલન (પ્રથમ)

કાલારામ મંદિર સત્યાગ્રહની ઘટના માર્ચ 1930ની છે. તે જ વર્ષે નવેમ્બરમાં લંડનમાં ગોળમેજી પરિષદનું આયોજન કરવામાં આવ્યું. તેમાં ભારત આખા માંથી બધા મત અને સંપ્રદાયોના નેતાઓને આમંત્રણ આપવામાં આવ્યું હતું. કોંગ્રેસના પ્રતિનિધિના રૂપમાં પહેલા તો ગાંધીજીએ સંમેલનમાં જવાનો ઈન્કાર કરી દીધો હતો. પરંતુ પછી તે પણ જવા માટે તૈયાર થઈ ગયા હતા. મુસ્લિમ લીગના નેતા મોહમ્મદ અલી ઝીણા તથા અન્ય મુસલમાન નેતાઓને પણ આમંત્રણ આપવામાં આવ્યું હતું. હિન્દુ નેતાના રૂપમાં તે જ બહાદુર સપ્રુ અને ચમનલાલ વગેરેનો પણ સમાવેશ થતો હતો.

12 નવેમ્બર 1930 માં બ્રિટિશ વડાપ્રધાન રેમજે મેકડોનલની અધ્યક્ષતામાં પ્રથમ ગોળમેજી પરિષદની બેઠક થઈ. પરિષદમાં કુલ 89 પ્રતિનિધિ હતા. 53 બ્રિટિશ ભારતના અને 20 રજવાડા ભારત તરફથી અને 16 બ્રિટિશ દળોના આ પરિષદમાં પોતાનો દ્રષ્ટિકોણ પ્રસ્તુત કરતા ડૉ.આંબેડકરે કહ્યું ''હું જે લોકોના પ્રતિનિધિ તરીકે અહીંયા ઉભો છું, તેની સંખ્યા ભારતની સંખ્યાનો પાંચમો ભાગ છે. મતલબ કે ઈંગ્લેન્ડ કે ફ્રાંસની વસ્તીના પ્રમાણે છે. પરંતુ આજે તેમને દાસ કે ગુલામની સ્થિતિમાં રાખવામાં આવ્યા છે. જ્યારે આપણે આપણી વર્તમાન સ્થિતિની તુલના આ ભારતીય સામાજીક સ્થિતિ સાથે કરીએ છીએ. જે પહેલા બ્રિટિશ દિવસોમાં હતી, તો આપણને એ મળે છે કે આપણે ઉન્નતિ કરવાને બદલે માત્ર સમય ગણી રહ્યા છીએ. બ્રિટિશ સરકાર પહેલા આપણે છુતઅછુતને કારણે દયનીય અવસ્થામાં હતા. શું બ્રિટિશ સરકારે તેની સમાપ્તિ માટે કંઈ કર્યુ છે? બ્રિટિસ શાસન પહેલા અમે ગામના કુવામાંથી પાણી ભરી શકતા ન હતા. શું બ્રિટિશ શાસને અમને આ અધિકાર આપ્યો છો? બ્રિટિશ રાજ્ય પહેલા અમે મંદિરોમાં પ્રવેશ કરી શકતા નહતા. શું

અત્યારે અમે પ્રવેશ કરી શકીએ છીએ? અમારા માટે પોલીસ સેવાના દરવાજા બંધ હતા. શું બ્રિટિશ સરકાર અમને પોલીસ સેવામાં લેશે? બ્રિટિશ રાજ પહેલા અમે સૈનિક સેવામાં ભરતી કરવામાં આવતા ન હતા, શું હવે અમને સેનામાં ભરતી થઈ શકીએ છીએ?

આ પ્રશ્નોનો કોઈ સકારાત્મક જવાહ ન હોઈ શકે જો કે ભારતમાં બ્રિટિશ શાનને ૧૫૦ વર્ષ વિતી ચુક્યા છે. પરંતુ અમારા દુઃખ દર્દ જેમના તેમજ બનેલા છે. તેને હજી સુધી દુર કરવામાં આવ્યા નથી. એવી સરકાર અમારા માટે શું કામની? અમારા દુઃખોને અમારા સિવાય કોઈ મીટાવી શકતુ નથી, અને અમે તે ત્યાં સુધી સમાપ્ત નથી કરી શકતા જ્યાં સુધી અમારા હાથમાં રાજનિતીક સતા ન આવી જાય. દલિત વર્ગે સરકારી ચમત્કાર જોવા માટે ઘણા વર્ષો સુધી રાહ જોઈ છે હવે વધારે રાહ જોવી સંભવ નથી. ભારતનો લઘુમતી દલિત વર્ગની દૃઢ પ્રતિજ્ઞા છે કે તે ભારતના કોઈપણ આત્મ શાસિત સંવિધાનને સહમતિ પ્રદાન નહીં કરે.

ડૉ.આંબેડકર તે સમયે અછૂતોના નેતાના રૂપમાં ઉભરી રહ્યા હતા. સાઈમન કમિશનની સામે પોતાની વિશિષ્ટતાને તે પ્રમાણિત કરી ચુક્યા હતા. આથી તેમને અછૂતોના પ્રતિનિધિના રૂપમાં તે કોન્ફરન્સમાં આમંત્રિત કરવામાં આવ્યા હતા. સિખોની તરફથી સરદાર ઉજ્જવલ સિંહ તેમાં હાજર હતા. ભારતના ઈસાઈઓના પ્રતિનિધિ તથા દેશી-રજવાડાના રાજા-મહારાજ પણ તેમાં આમંત્રિત હતા. કાશ્મીર, પટિયાલા, વડોદરા, ભોપાલ, અલવર, બીકાનેર વગેરે વગેરે રજવાડાઓના રાજા-મહારાજા ત્યાં પહોંચ્યા હતા.

એ દિવસોમાં જ્યોર્જ પંચમ ઈંગ્લેન્ડ અને ભારતના સમ્રાટ કહેવાતા હતા. એક કાર્યક્રમમાં આવનારા પ્રતિનિધિઓનો સમ્રાટ સાથે પરિચય કરાવવામાં આવ્યો. ડૉ.આંબેડકરનો પરિચય ભારતના અછૂતોના પ્રતિનિધિના રૂપમાં જ કરાવવામાં આવ્યો હતો. સમ્રાટે ત્યાં પણ બધાને કંઈક કહેવાનો અવસર આપ્યો અને સાંભળ્યા પણ.

ડૉ.આંબેડકર તે સભામાં સમ્રાટે સંબોધિત કરતા અને ગોળમેજી પરિષદમાં વ્યક્ત પોતાના વિચારોની પુનરાવર્તન કરતા કહ્યું કે, ''શ્રીમાના તમારા રાજ્યમાં અમારા દેશના અછૂતોએ જરા પણ ઉન્નતિ નથી કરી અને તેનું દુઃખ છે અને તેનીજ ફરિયાદ કરવા માટે હું આ સંમેલનમાં આવ્યો છું. હું પુછુ છુ કે શું ક્યારેય ભારતમાંથી છુત-અછુત જશે નહીં? ત્યાંના સરોવરમાંથી અછૂતોને પાણી ભરવા દેવામાં આવતું નથી. તે કુવાઓ પર પણ નથી જઈ શકતા તેમના સ્પર્શ માત્રથી નળ અપવિત્ર થઈ જાય છે. મંદિર ભ્રષ્ટ થઈ જાય છે. સેના તથા પોલીસ તેમને પોતાની વચ્ચે નથી જોવા ઈચ્છતા એ સિવાય પણ તેમને હેરાન કરવામાં આવે છે.''

ડૉ.આંબેડકરના આ વક્તવ્યનો જેવો ઈચ્છતા હતા. તેવોજ પ્રભાવ પડ્યો એ સાથેજ તેમનો જ્યોર્જ પંચમ સાથે પરિચય પણ થઈ ગયો. આંબેડકર પ્રસન્નતાથી લંડનથી ભારત પાછા ફર્યા અને પોતાના કામમાં જોડાઈ ગયા.

નવેમ્બરમાં લંડનથી પાછા ફર્યા પછી ડિસેમ્બર 1930માં સર્વશ્રી દેવરાવ નાઈક અને બી.આર. કાદરેકરની સહાયતાથી ડૉ.ભીમરાવે મુંબઈમાંથી 'જનતા સાપ્તાહિક'ના પ્રકાશનનો આરંભ કર્યો.

આ પ્રસંગે અમે એ બતાવવાનું જરૂરી સમજીએ છીએ કે 'જનતા'ના પ્રકાશન પહેલા પણ તેમણે એક અન્ય પત્ર પ્રકાશિત કર્યો હતો. 'ઈક્વેલિટી' આ અંગ્રેજીનો પત્ર હતો.

'મુક નાયક' મતલબ તે લાખો લોકોના નેતા જેના મુખમાં જીભ હોવા છતાં પણ અજ્ઞાનતાને કારણે તથા શિક્ષણના અભાવને કારણે જે મુંગા જેવા હતા.

'બહિષ્કૃત ભારત' મતલબ એવું ભારત જે તેના દેશનો ઘણો મોટો અંશ છે. છતાં પણ બીજા મોટા ભાગ દ્વારા પોતાનામાંથી અલગ કરીને રાખી દીધા છે. સમાજે જ સમાજને કાપીને તેનો બહિષ્કાર કરેલો છે. મતલબ તે લોકો ભારતના તો છે છતા પણ અન્ય નાગરિકો જેવી સુવિધાઓ અને અધિકારોથી તેમને વંચિત રાખવામાં આવ્યા છે. તેને જ ડૉ.આંબેડકરે 'બહિષ્કૃત ભારત'નું નામ આપ્યું હતું.

'ઈક્વેલિટી' મતલબ સમાનતા સમસ્ત સંસારના માનવ પ્રાણીમાં પરસ્પર સમતા પ્રદાન કરવાવાળો પત્ર માણસાઈ અથવા નૈતિકતાનું પ્રતિપાદન કરવાવાળા ન કોઈ નાના, ન કોઈ મોટા, ન કોઈ નીચા, બધા માણસો સરખા.

'જનતા મતલબ પ્રજા' અભિપ્રાય એ છે કે ભારતમાં રહેવાવાળા કરોડો માનવ પ્રાણી. તે પ્રાણીઓ સદીઓથી પેઢી દર પેઢી અહીંના છે. અહીંના ભૂતકાળ સાથે તેમનો સંબંધ છે. જેને કોઈ આદિવાસી ના નામથી ઓળખે છે તો કોઈ મૂળ નિવાસીના નામથી ચોથી વર્ણ વ્યવસ્થાનો ચોથો વર્ણ મતલબ કે અછુત. તેને જનતામાં સમાવેશ કરવા માટે તેને જનતા સમજી લેવા માટે આંબેડકરે 'જનતા' પ્રકાશનનો આરંભ કર્યો હતો.

ગાંધી આંબેડકર વાર્તાલાપ

1930માં પહેલી ગોળમેજી કોન્ફરન્સ થઈ હતી. 1431માં બીજી ગોળમેજી સભાનું આયોજન કરવામાં આવ્યું હતું. ડૉ.આંબેડકર પહેલી ગોળમેજી કોન્ફરન્સમાં સામેલ થઈ ચુક્યા હતા. તેમને પુરો વિશ્વાસ હતો કે આ વખતે પણ તેમને સભામાં આમંત્રિત કરવામાં આવશે. ગાંધીજી પણ તેમાં સામેલ થવાના હતા. તે કોન્ફરન્સમાં સામેલ થતા પહેલા ડૉ.આંબેડકરને મળીને

કેટલીક વાતો કરવા ઈચ્છતા હતા. ગાંધીજીની ધારણા હતી કે તેમના જેવો દલિતોનો ઉધ્ધારક સંસારમાં ન હોય શકે.

એ દિવસોમાં ગાંધીજી મુંબઈમાં મણિભવનમાં રોકાયા હતા. ડૉ.આંબેડકરના પહોંચવાથી ગાંધીજીએ ઘણી ઉદારતાથી બતાવ્યુ કે કોંગ્રેસે અછૂતોના ઉધ્ધાર માટે 24 લાખ રૂપિયા ખર્ચ કર્યો છે. છતાં પણ ડૉ.આંબેડકર કોંગ્રેસથી નારાજ કેમ છે? ગાંધીજીએ ત્યાં સુધી કહ્યું હતું કે જેને ડૉ.આંબેડકર અછુત કહે છે તેમને ગાંધીજી પોતે હરિજન કહે છે.

ડૉ.આંબેડકરે તેના જવાબમાં એ કહ્યું કે જે 24 લાખ રૂપિયાની વાત ગાંધીજી કરી રહ્યા છે તે રૂપિયા તેમણે અછૂતો મતલબ હરીજનોમાં વહેંચી દીધા હોત તો તેનાથી તેમનો મહાન ઉપકાર હોત. તેમણે માત્ર હરિજના નામ પર ધને આમથી તેમ ખર્ચ કર્યુ છે. એટલું જ નહીં આંબેડકરે એ પણ કહ્યું કે જે રીતે કોંગ્રેસીઓને ખાદી પહેરવાનું અનિવાર્ય છે. શું ગાંધીજીએ અછુતને અછુત નમાનંવાનું અનુવાર્ય કર્યુ છે? ગાંધીજીને ખબર છે, આંબેડકરે જ્યારે માસિકના કાલારામ મંદિરમાં પ્રવેશ માટે સત્યાગ્રહ કર્યો હતો તો નાસિક કોંગ્રેસ અધ્યક્ષે તેનો વિરોધ કર્યો હતો. અભિપ્રાય એ છે કે આંબેડકરે ગાંધીજીને સ્પષ્ટ કહી દીધુ કે તેમનો ન તેમની કોંગ્રેસ પર ન તો તેમના પર વિશ્વાસ છે.

ગાંધીજીએ જ્યારે આ વિષયમાં વધારે વાત કરી તો આંબેડકરે કહ્યું કે ગોળમેજી કોન્ફરન્સમાં કોંગ્રેસે મુસલમાનોના અલગ પ્રતિનિધિત્વને તો સ્વીકારી લીધું. પરંતુ અછૂતોના પ્રતિનિધિત્વનો સ્વીકાર કેમ ન કર્યો? તેના જવાબમાં ગાંધીજીએ સ્પષ્ટ કહ્યુ કે તે અછૂતોના અલગ રાજનીતિક અધિકાર આપવાની વિરૂધ્ધમાં છે. કારણકે આ હિન્દુઓ માટે એક પ્રકારનો આત્મઘાત સાબિત થશે.

ગાંધીજી તથા ડૉ.આંબેડકરની આ મુલાકાત 1931ની શરૂઆતમાં થઈ હતી. તે જ મહિનામાં મતલબ 24 ઓગષ્ટ ગાંધીજીએ પંડિત મદન મોહન માલવીયા અને સરોજીની નાયડુને લઈને બીજી ગોળમેજી પરિષદમાં ભાગ લેવા માટે લંડન પહોંચ્યા. તે કોન્ફરન્સમાં ગાંધીજીએ બતાવ્યું કે કોંગ્રેસે તો અછૂતો માટે શરૂઆતથીજ પોતાના હાથોથી કામ કર્યુ હતું. ત્યાં પણ તેમણે તેના કાર્ય માટે 24 લાખ રૂપિયા ખપ્ચ કરવાની વાત દોહરાવી. તેમણે એ પણ કહ્યું કે અસ્પૃશ્યતા નિવારણને કોંગ્રેસે પોતાના રાજનીતિક કાર્યક્રમમાં પણ સામેલ કરી લીધા છે.

જ્યારે ડૉ.આંબેડકરની બોલવાનો વારો આવ્યો તો તેમણે પોતાના સ્વભાવ પ્રમાણે એ વાતજ દોહરાવી. જે તે પહેલી કોન્ફરન્સમાં કહી ચુક્યા હતા. આ કોન્ફરન્સમાં તેમણે પોતાનું માંગ પત્ર પણ રજુ કર્યુ. આ માંગ પત્રી પહેલી શર્ત એ હતી કે અછૂતોને તેની વસ્તીના આધારે પ્રાન્તીય વિધાનસભાઓ તથા

કેન્દ્રીય સંમેલનોમાં પ્રતિનિધિત્વ આપવામાં આવે. તેમણે બીજી શર્તના રૂપમાં અછૂતો માટે અલગ ચુંટણી ક્ષેત્રની માંગ કરી તેની સાથે ત્રીજી શર્તના રૂપમાં તેમણે વીસ વર્ષ માટે અનામતની માંગણી કરી.

ગાંધીજીએ જો કે આંબેડકરની માંગોનો કડક વિરોધ કર્યો. પરંતુ સમ્રાટે તેના તરફ કોઈ ધ્યાન ન આપ્યું. અને આંબેડકરની બધી શર્તો સ્વીકારતા કહ્યુ, ''આંબેડકરની બધી શરતો સ્વીકારવામાં આવે છે. તથા ભારતના અછૂતોને અલગ ચુંટણી ક્ષેત્રો દ્વારા અનામત પણ આપવામાં આવશે.''

પૂના પેક્ટ

૨૦ ઓગષ્ટ ૧૯૩૨માં બ્રિટિશ પ્રધાનમંત્રીએ અછૂતોના અલગ પ્રતિનિધિત્વ અને ચુંટણીમાં ઉભા રહેવાના અધિકારોની ઘોષણા કરી દીધી. ડૉ.આંબેડકરના મનની ઈચ્છા પુરી થઈ.

મહાત્મા ગાંધીજી પણ ગોળમેજી કોન્ફરન્સ સમાપ્ત કરી જ્યારે સ્વદેશ પાછા ફર્યા તો બ્રિટિશ સરકારે તેમને તરત જ બંદિ બનાવી લીધા તથા પરવડા જેલમાં મોકલી દીધા. થરવડા લીધા તથા પરવડા જેલમાં મોકલી દીધા. થરવડા જેલમાંજ તેમણે બ્રિટિશ વડાપ્રધાનની ઘોષણા વાંચી અને ત્યાંથીજ તેમણે વાયસરોયને પોતાની પ્રતિક્રિયા લખીને મોકલી તેમણે બ્રિટિશ પ્રધાનમંત્રીને લખેલા ધમકીભર્યા પત્રમાં કહ્યું કે જો બ્રિટિશ વડાપ્રધાન દ્વારા અછૂતોને આપવામાં આવેલા અધિકાર પાછા લેવામાં નહીં આવે તો ત્યાં સુધી તે ભુખ હડતાલ પર રહેશે. જ્યાં સુધી તેમના આ અધિકાર પાછા લઈ લેવામાં નહીં આવે અને જ્યારે ગાંધીજીને કોઈ સંતોષજનક જવાબ ન મળ્યો તો તેમણે ૨૦ સપ્ટેમ્બર, ૧૯૩૨માં ભુખ હડતાળ શરૂ કરી દીધી. દેશભરમાં આ અધિકારો માટે વિચાર વિમર્શ થવા લાગ્યો. વાદવિવાદ થયો અને દેશમાં એક પ્રકારનો વિવાદ ઉભો થયો.

દેશભરમાં હાહાકાર મચી ગયો. તો ગાંધીજીએના પ્રાણ બચાવવા માટે એક સાર્વજનિક સભાનું આયોજન કરવામાં આવ્યું. તે વિશાળ સભા મુંબઈમાં જ આયોજીત કરવામાં આવી, આ સભામાં ડૉ.ભીમરાવ આંબેડકરને પણ બોલવા માટે આમંત્રિત કરવામાં આવ્યા. તેમણે સ્પષ્ટ શબ્દોમાં ઘોષણા કરી કે, ''ગાંધીજીના પ્રાણોની રક્ષા માટે દરેક સંભવ પ્રયાસ કરવા જોઈએ. પરંતુ મારી પાસેથી એ આશા ન રાખવી. જોઈએ કે હું દલિતો અને અછૂતોના હિતોમાંથી હટી જાઉ કે વિમુખ થઈ જાઉં. અલગ પ્રતિનિધિત્વ મળવા છતા પણ બધા અછૂત હિન્દુ ધર્મના જ અંગ બની રહેશે તેમાં જરા પણ શંકાને સ્થાન નથી.

જ્યારે ડૉ.આંબેડકર પોતાના નિશ્ચય પર અડગ રહ્યા તો કોંગ્રેસી નેતાઓએ એક અન્ય ઉપાય વિચાર્યો. તેમણે કહ્યું કે કોંગ્રેસ અથવા ગાંધીજીને અલગ પ્રતિનિધિત્વ આપવા માટે વાંધો છે. પરંતુ તે તેમના માટે અનામતી નીતિને યોગ્ય માને છે. માલવીયાજીએ ઘણોજ પ્રયત્ન કર્યો કે આંબેડકર કોઈ અલગ પ્રતિનિધિત્વની વાત ભૂલી જાય. ડૉ.આંબેડકરે માલવીયાને કહ્યું કે તેમને તેમની દરેક વાત સ્વીકાર્ય છે. પરંતુ દલિત વર્ગ તેમનો અધિકાર અપાવવાના કાર્યમાંથી પાછળ ન હટી શકે. ડૉ.આંબેડકરે સ્પષ્ટ શબ્દોમાં કહ્યું કે ''આ નાની વાત માટે ગાંધીજીએ આટલુ મોટું અનશન કર્યુ છે. જો આ અનશન તે દેશની સ્વતંત્રતા માટે કરતો તો આખો દેશ તેમની સાથે હોત.'' ટ

મુંબઈની સભાના અવસર પર ગાંધીજીએ થરવડા જેલમાંથી એક પત્ર પણ લખ્યો હતો જેને સભામાં વાંચી સંભળાવવામાં આવ્યો. પત્રમાં લખેલું હતું, ''પ્રિય ડૉ.આંબેડકર દેશને ખંડ-ખંડ થવા ન દેશો, હિન્દુ જાતીને બચાવી લો હું તમારી સાથે છું, મારી સહાનુભૂતિ પણ તમારી સાથે છે મારૂ જીવન તમારા હાથમાં છે, હવે જેવું યોગ્ય લાગે તેવું કરો.

આ પત્ર લઈને કસ્તુરબા ગાંધી પોતે ડૉ.આંબેડકર પાસે ગઈ. તેમના પુત્ર દેવદાસ ગાંધી પ તેમની સાથે હતા. માતા-પુત્રએ ડૉ.આંબેડકરને કહ્યું કે તે ગાંધીજી સાથે સમાધાન કરી તેમના પ્રાણોની રક્ષા કરે.

માલવીયાજી અનેકવાર ડૉ.આંબેડકરને મળીને ગાંધીજી સાથે સમાધાન કરવાનો આગ્રહ કરતા હતા. ચક્રવર્તિ રાજગોપાલાચાર્યએ પણ આ દિશામાં પ્રયત્ન કર્યા. છેવટે ડૉ.આંબેડકરો પોતાની શર્તો પર સમજુતી કરી લીધી. સમાધાનમાં ડૉ.આંબેડકરની માંગો હતી.

(૧) વિધાનસભામાં હરિજનો માટે ૭૮થી વધારીને ૧૪૮ સીટ આપવામાં આવે.

(૨) આ સીટોની ચુંટણી વૈધાનિક રીતથી થશે.

(૩) કેન્દ્રિય વિધાનસભાઓમાં જેટલી સીટો નક્કી હોય છે. તેમાં ૧૮ ટકા હરીજનો માટે હશે.

(૪) કેન્દ્રિય પરિષદમાં હરિજનોના પ્રતિનિધિ હળીમળીને ચુંટણીક્ષેયત્રોના સિધ્ધાંતો પ્રમાણે ચુંટવામાં આવે.

(૫) પ્રાન્ત અને કેન્દ્ર બંને જગ્યાએ ચુંટણીનો ગાળો દસ વર્ષ એ જ પ્રકારે ચાલશે.

(૬) કેન્દ્ર અને પ્રાંતોની વિધાનસભામાં જેટલી સીટો અનામત હશે તેને હટાવવા માટે હરીજનોનો મત લેવામાં આવશે.

(૭) હરિજનો માટે મતાધિકાર પ્રબંધ લોથિયન કમિટિની રીપોર્ટના આધારે કરવામાં આવે.

(૮) સરકારી તથા કાયમી નોકરીઓમાં હરિજનો સાથે કોઈપણ ભેદભાવ કરવામાં ન આવે.

(૯) અછૂતો માટે દરેક પ્રાંતમાં શિક્ષણ માટે વધારેને વધારે અનુદાન આપવામાં આવે.

(૧૦) દેશમાંથી ઝડપથી છુત-અછુતને મીટવવામાં આવે.

આ બધી માંગો કે શર્તોને સભામાં વાંચી. સંભળાવવામાં આવી અને હિન્દુઓ તરફથી પંડિત મદન મોહન માલવીયાજીએ હસ્તાક્ષર કર્યા, અછૂતો તરફથી ડૉ.આંબેડકરે હસ્તાક્ષર કર્યા.

સમાધાન પર હસ્તાક્ષર થયા પછી ડૉ.આંબેડકર થરવડા જેલમાં ગાંધીજીને મળવા ગયા.

તે સમયે ગાંધીજીને જેલમાંથી છોડી મુકવામાં આવ્યા પરંતુ સાથે શર્ત લગાવી કે બહાર જઈને રાજનીતિક ક્ષેત્રમાં કામ કરશે નહીં. ગાંધીજીએ છુટ્યા પછી આખા દેશમાં ભ્રમણ કર્યુ અને અછૂતોના ઉધ્ધાર માટે દાનની અપીલ કરી. દલિતો ઉધ્ધારને સામે રાખીને તેમણે 'હરિજન સેવક' નામું સમાચાર પત્રનું પ્રકાશન કર્યું. ગાંધીજીએ હરિજનોના ઉધ્ધાર માટે આખા દેશને દાન માટે અપીલ કરી. જેમાં તેમને માત્ર આઠ લાખ રૂપિયા પ્રાપ્ત થયા.

સમાધાન થઈ ગયુ અને બંને પોત-પોતાના કાર્યમાં લાગી ગયા. આ ગાળામાં ડૉ.આંબેડકરને સરકાર તરફથી 'ઈન્ડિયન કોન્સ્ટીટ્યુશનલ રિફોર્મસ જોન્ટ કમિટિ' ના સભ્ય ચુંટવામાં આવ્યા. જેમકે નામથીજ સ્પષ્ટ છે કે આ કમિટિ સંવિધાનિક સુધારાઓ પર વિચાર કરી રહી હતી.

૨૪ સપ્ટેમ્બર ૧૯૩૨માં પુના પૈકટ પર નેતાઓએ હસ્તાક્ષર કર્યા. દલિત વર્ગ તરફથી ડૉ.આંબેડકરે અને સવર્ણ હિન્દુઓ તરફથી. પંડિત મદન મોહન માલવીયાએ તથા અન્ય લોકોએ હસ્તાક્ષર કર્યા. રાજગોપાલાચાર્ય એટલા ભાવુક થઈ ગયા હતા કે તેમણે આંબેડકર સાથે પેન બદલાવીને હસ્તાક્ષર કર્યા. આ સમજુતીની સુચના તરતજ વડાપ્રધાનને આપવામાં આવી. ૨૫ સપ્ટેમ્બરમાં મુંબઈમાં સાર્વજનિક સભાના મંચ પર પંડિત મદનમોહન માલવીયાએ પોતે ઘોષણા કરીકે જન્મથી કોઈને અછુત ન સમજવા જોઈએ અને દેશમાં છુત-અછુતનો અંત થવો જોઈએ. ડૉ.આંબેડકરે આ અવસર પર કહ્યુ કે મને માત્ર દુઃખ એ વાતનું છે કે મહાત્માજીએ આ દષ્ટિકોણ ગોળમેજી પરિષદમાં કેમ ન અપનાવ્યો? જો એ સમયે મારા દષ્ટિકોણને સમજવાનો પ્રયત્ન કર્યો હોત તો આજે તેમને આ ભોગવવાની જરૂર ન થાત.

આ સભમાં છુત-અછુત નિવારણ પર તરત પ્રસ્તાવ પસાર કરવામાં આવ્યો અને ત્યાંજ છુતઅછુત નિવારણ સંઘની સ્થાપના કરી. જે સમયાન્તરે હરિજન સેવા સંઘના નામથી પ્રચલિત થઈ. સંઘની કેન્દ્રિય સમિતિમાં ડૉ.આંબેડકર, શ્રી એમ.સી. રાજા અને રાયબહાદુર શ્રીનિવાસન આ ત્રણેય વ્યક્તિ દલિત જાતિના પ્રતિનિધિના રૂપમાં હતા. તેના મંત્રી અમૃતલાલ ઠક્કર દલિત જાતિના જ હતા.

૨૮ સપ્ટેમ્બર ૧૯૩૨ માં મુંબઈમાં વિશાળ સભામાં ૧૮ ઓક્ટોબરે બેલાત્સસ રોડ મુંબઈની સભામાં તથા ૨૮ ઓક્ટોબર ૧૯૩૨ માં જહાંગીર હોલ મુંબઈમાં રશિયન સમાજ દ્વારા માનપત્ર ભેટ કરવાના અવસર પર ડૉ.આંબેડકરે પોતાના અછુત બંધુઓને સંબોધિત કરતા કહ્યું હતું.

''મંદિર પ્રવેશ આંદોલનનો ઉદ્દેશ સારો છે. પરંતુ તમને આધ્યાત્મિક ઉત્થાનની અપેક્ષાએ ભૌતિક ઉન્નતિની તરફ ધ્યાન આપવું જોઈએ. ધનના અભાવમાં ખાવાના ભોજન, પહેરવાના વસ્ત્રો તથા તમારા બાળકોને ભણાવવાનો અવસર અને દવાદારૂ માટે કોઈ સહાયતા નથી મળતી.... તમારા ગળામાં પડેલી તુલસીની માળા તમને વ્યાજખોરોના ચુંગાલમાંથી નહીં બચાવી શકે. કારણકે તમે રામના ગીત ગાવ છો તેથી જમીનદારોથી તમને કોઈ કન્સેસન નહીં મળે.

.... જેટલા ઝડપથી તમે આ મુર્ખતા ભર્યા વિશ્વાસને છોડી દેશો. તો તમારા દુઃખ દર્દ પૂર્વ નિર્ધારીત છે. એટલું જ સારૂ છે. એ વિચાર કે તમારી ગરીબી અનિવાર્ય છે. જન્મજાત તથા બદલાયન શકે તેવી છે સંપૂર્ણ રીતે ખોટું છે. પોતાને દાસ માનવાની વિચારધારાને એકદમ તિલાંજલી આપી દો.''

★★★

૧૩

નવું નામ બાબા સાહેબ

એ દિવસોમાં ડૉ.આંબેડકરની ધર્મપત્નીની તબિયત બગડી ગઈ. સારામાં સારા તબીબો પાસે સારવાર કરાવી પરંતુ તેમની તબિય વધુને વધુ ખરાબ થતી ગઈ અંતે મે-1935માં તેમનું અવસાન થયું. એમ કહવામાં આવે છે કે પત્ની રમાબાઈના અવસાનથી ડૉ.આંબેડકર પર ખુબ અસર પડી. તે એક રીતે એકાકી રહેવા લાગ્યા. કેટલાક લોકોનું તો ત્યાં સુધી કહેવું હતું કે તે ભગવા વસ્ત્રો ધારણ કરવા લાગ્યા હતા તેમણે સુખ સુવિધાઓ છોડી દીધી હતી અને સાદાઈથી રહેવા લાગ્યા હતા તે સમયથી લોકો તેમને બાબાસાહેબના નામથી બોલાવવા લાગ્યા.

પરંતુ તે આંબેડકર માટે નસીબની વાત પુરવાર થઈ તરત જ તેમને ગર્વમેન્ટ લો કોલેજ મુંબઈના ઉપચાર્ય નિયુક્ત કરવામાં આવ્યા.

આ પદ મેળવી ડૉ.આંબેડકરનો પત્ની વિયોગ ઓછો થયો અને હવે તે ભણાવવા પર વધુ ધ્યાન આપવા લાગ્યા. સમય એ સૌથી મોટો મલમ હોય છે. સમયના કારણેજ ડોક્ટર આંબેડકર પત્ની વિયોગના દુઃખમાંથી ઉગરી ગયા અને સામાન્યજીવન પસાર કરવા લાગ્યા.

યેવલા સંમેલન

સપ્ટેમ્બર-૧૯૩૫ માં નાસિક જિલ્લામાં યેવલા ખાતે એક કોન્ફરન્સનું આયોજન કરવામાં આવ્યું હતું. ડૉ.આંબેડકર તેમાં આમંત્રિત હતા. પત્નીના અવસાન પછી આ પહેલો એવો પ્રસંગ હતો કે જાહેરસભામાં ભાગ લેવા જઈ રહ્યા હતા. જો કે આયોજકોએ તેમને આમંત્રિત કર્યા હતા અને તેમણે પણ હાજર રહેવાની હા પાડી હતી તેથી જવાનું જરૂરી સમજી તેમણે તે સંમેલનમાં ભાગ લીધો. તે પહોંચતા આયોજકોએ તેમને જ સંમેલનના અધ્યક્ષ

જાહેર કર્યા. ફુલોના હારથી તેમનું સન્માન કરવામાં આવ્યું. આ સંમેલનમાં પોતાના અધ્યક્ષીય ભાષણમાં ડૉ.આંબેડકરે અનેક વાતોનો ઉલ્લેખ કર્યો. અછૂતોની સમસ્યાનો અને તેના સમાધાન અંગે લંબાણથી પોતાના વિચાર રજૂ કર્યા ત્યાં તે માટે જાહેરાત પણ કરી કે તે ધર્મપરિવર્તન કરવાના છે.

એ વાત તો તે અનેક પ્રસંગોમાં કહી ચૂક્યા હતા કે હું હિન્દુ પરિવારમાં ભલે જન્મ્યો છું તે મારી મજબૂરી હતી પણ હું હિંદુ રહીને જ મરુ તે માટે વિવશ નથી. યેવલા સંમેલનમાં તેમણે સ્પષ્ટ શબ્દોમાં કહ્યું કે તે ધર્મ પરિવર્તન કરી રહ્યા છે.

આ સંમેલનમાં તેમણે કહ્યું કે, આ ધર્મથી ખરાબ કોઈ બીજો ધર્મ આ સંસારમાં નથી. એટલા માટે તેને છોડી દો. આ ધર્મમાં લોકો પશુથી પણ ગયેલા છે. બધા ધર્મોને લોકો સારો કહે છે પરંતુ આ ધર્મમાં અછુત સમાજથી બહાર છે જ્યારે તે સમાજની પૂરી રીતે સેવા કરે છે.

નાસિક જિલ્લાનું યેવલા જ્યાં દસ હજારથી પણ વધુ શ્રોતાઓ હાજર હોય તેમની સામે ડૉ.આંબેડકરની આ જાહેરાત એક રીતે આંચકા સમાન હતી. તમામ લોકો સ્તબ્ધ બની ગયા. શ્રોતાઓને સાંભળેલા પર વિશ્વાસ ન આવ્યો. ડૉ.આંબેડકરે આ અંગે એક પ્રસ્તાવ પણ મૂક્યો એ પ્રસ્તાવની મુખ્ય વાત હતી 'સ્વતંત્રતા અને સમાનતા પ્રાપ્ત કરવાનો એકમાત્ર ઉપાય 'ધર્મ પરિવર્તન' જ છે.

ડૉ.આંબેડકરનું કહેવું હતું કે, આ સંમેલન એટલા માટે ઐતિહાસિક માનવું જોઈએ કેમ કે ભારતના સમસ્ત મહાર જાતિના લોકો 'ધર્મ પરિવર્તન'ની જાહેરાત કરી રહ્યા છે. આંબેડકરે મહારોને કહ્યું કે, તે હિન્દુ તહેવારોને મનાવવાનું છોડી દે. ન તે દેવી દેવતાઓની પૂજા કરે ન મંદિરમાં જાય. જ્યાં આપણું માન-સન્માન ન થતું હોય તે સ્થાન અને ધર્મનો ત્યાગ કરવો જ યોગ્ય છે.

13 ઓક્ટોબર - 1935 ના દિવસે યેવલામાં સંમેલન થયું. આ અગાઉ મે મહિનામાં ડૉ.આંબેડકરના પ્રથમ પત્નીનું અવસાન થઈ ગયું હતું. એમના નિકટોનું માનવું હતું કે પત્નીના દેહાંત પછી તેઓ એકાંત સેવી બની ગયા હતા. આ પ્રથમ અવસર હતો જેમાં તે જાહેરામાં દેખાયા હતા.

આ સંમેલનમાં શ્રી રણખારબે સ્વાગત સમિતિના અધ્યક્ષ હતા. ડૉ.આંબેડકરે આ સભામાં બે ભાગમાં ભાષણ આપ્યું. અંતમાં તેમણે ત્યાં અછૂતોને સલાહ

આપી કે તે હિંદુ ધર્મ સાથે પોતાનો છેડો ફાડી નાંખે જેથી તેમને અન્ય કોઈ ધર્મમાં જઈ સંતોષ અને સન્માન મળી શકે. પરંતુ તેમણે તેમના નવા ધર્મની સમજી વિચારીને પસંદગી કરવી જોઈએ.

આ પ્રસંગે ડૉ.આંબેડકરે સફેદ વસ્ત્રો પહેરી લીધા ત્યારે તેમને બાબાસાહેબના નામથી તેમના નિકટો બોલાવવા લાગ્યા. આ જ સંમેલનથી આ નામથી તેમને ખ્યાતિ મળી.

યેવલાથી પરત ફરતી વખતે તે ડૉ.સદાનંદ ગોળવંકરના ઘર પર રોકાયા હતા ત્યાં તેમની મુલાકાત જાણીત અછૂતોધ્ધારક અને હિંદુ મિશનરી શ્રી મસૂરકરજી મહારાજ સાથે થઈ. મસૂરકર મહારાજ અછૂતોધ્ધારકગ તથા શુધ્ધિકરણ માટે જાણીતા બની રહ્યા હતા કેટલાક દિવસો પહેલા જ તેમણે ગોવાના દસ હજાર ખ્રિસ્તીઓને ફરી હિંદુ ધર્મમાં વાળ્યા હતા. બંને વચ્ચે લગભગ ત્રણ કલાક ચર્ચા થતી રહી. મસૂરકર મહારાજનું કહેવું છે કે, તે ધર્માંતરણ ન કરે. એ સમયે તેમણે મસૂરકર મહારાજને ચોટનો જવાબ આપી દીધો. તેમનું ધર્માંતરણ રોકવું હિંદુઓના હાથમાં છે જો કે હું સમજુ છું કે હિંદુઓનું હૃદય પરિવર્તન થશે એ સંભવ નથી. તેમનો તર્ક હતો કે, નિતાસ્ત દુર્લભ ધર્મશાસ્ત્રોના જાણકાર અછૂત કાર્યકર્તા શ્રી કે.કે. શંકરને શંકરાચાર્યની ઉપાધિથી સન્માનિત અને વિભૂષિત કરી એવું સન્માન આપવામાં આવે જે વાસ્તવિક શંકરાચાર્યના મળેલું છે. આ તર્કનો મસૂરકર મહારાજ પાસે કોઈ જવાબ ન હતો કેમ કે મસૂરકર જાણતા હતા કે, શંકરાચાર્ય તરીકે તેનીજ નિમણૂંક થાય છે જે ધર્મ અને શાસ્ત્રના જાણકાર હોય.

ડૉ.આંબેડકર જો કોઇ શાસ્ત્રજ્ઞ, ધર્મજ્ઞ અને સુપક્તિ વ્યક્તિનું નામ લેતા તો કદાચ મસૂરકર મહારાજ તેના માટે પ્રવાસ કરતા પરંતુ આંબેડકર પર તો એક જ ધૂન સવાર હતી હિંદુત્વનું અપમાન કરવું અને તેના માટે તેમણે કમર કસી રાખી હતી. ગૌમાંસ ભક્ષણની વકીલાત કરવી તેમનું સૌ પ્રથમ કાર્ય હતું.

બાબા સાહેબ તેમના નિર્ણય પર અડગ રહ્યા. એમણે જાન્યુઆરી ૧૯૩૬માં પૂજામાં આયોજિત 'મહારાષ્ટ્ર અસ્પૃશ્ય યુવક પરિષદ' માં સ્પષ્ટ કહ્યું, જો બધા હિંદુ દેવી-દેવાતાઓ સાક્ષાત આવીને તેમને કહે કે હિંદુ ધર્મ ન છોડો તો પણ હું તેમની વાત નહીં માનું.

આ સંદર્ભમાં ડૉ.આંબેડકરે દલીતોને ચેતવણી આપતા એમ કહ્યું કે, એ ખોટા વિચાર છોડી દેવા જોઈએ કે આમ કરવાથી નરકીય સ્થિતિઓથી તરત

છુટકારો મળી જશે અને સમાનતાના સંસારમાં દાખલ થવાશે. તે કોઈ પણ ધર્મમાં દાખલ થાય તેમણે સમાનતા અને સ્વતંત્રતા માટે સંઘર્ષ તો કરવો જ પડતો. આ તથ્યથી આપણે સારી રીતે વાકેફ છીએ કે આપણે ક્યાંય પણ જવાની ઈચ્છા રાખતા હોઈએ પછી ઈસ્લામ હોય, શિખ હોય અથવા ખ્રિસ્તી આપણે આપણા કલ્યાણ માટે ખૂબ પ્રયાસ કરવા પડશે એ વિચારવું બિલકુલ મૂર્ખતા છે કે ઈસ્લામનો સ્વીકાર કરવાથી આપણામાંથી બધા નવાબ બની જતા અથવા ઈસાઈ ધર્મને સ્વીકારી લઈશું તો મોટા બની જઈશું. તમે ક્યાંય પણ જાવ સંઘર્ષ કરવો આપણા માટે અનિવાર્ય હશે.

★★★

૧૪

જાત-પાત તોડક સંમેલન

ડૉ.આંબેડકરે ડિસેંબર-1935 માં લાહોરમાં જાત પાત તોડક મંડળની અધ્યક્ષતા કરી. શ્રી સંત સમજી આ મંડળના કર્તાહર્તા હતા. આ જાતપાત તોડક મંડળમાં આંબેડકરે જે ભાષણ આપ્યું હતું તેની દેશભરમાં ચર્ચા રહી આગળ જતા આંબેડકરે તેમના આ ભાષણને પુસ્તકરૂપે પ્રગટ કર્યું. 'અનહિતેશન ઓપ કાસ્ટ' નામના આ પુસ્તકના અનુવાદકોએ નવું નામ 'જાતિવાદનો વિચ્છેદ' આપ્યું. જાત-પાત તોડો સંમેલનની અધ્યક્ષતા લેતા અગાઉ તેમણે આયોજકોને પોતાનું લેખિત ભાષણ પણ મોકલી આપ્યું હતું. પોતાના ભાષણમાં ડૉ.આંબેડકરે હિન્દુ ધર્મ શાસ્ત્રોની આકરી ટીકા કરી હતી.

પોતાના પુસ્તક 'અનહિતેશન ઓફ કાસ્ટ' માં ડૉ.આંબેડકરે એમ લખ્યું છે- પેશવાઓના શાસનકાળમાં મહારાષ્ટ્રમાં જો કી સર્વણ હિંદુ રસ્તા પર ચાલી રહ્યો હોય તો અછૂતને ત્યાં ચાલવાની છૂટ ન હતી. જેથી ક્યાંક તેના પડછાયાથી હિંદુ આ પવિત્ર ન બની જાય. એ જરૂરી હતું કે દરેક અછૂત કાંડામાં અથવા ગળામાં નિશાની તરીકે ગળામાં એક કાળો દોરો બાંધે જેથી સર્વણ હિંદુ તેને ઓળખી લે અને ભૂલથી પણ તેને અડી લેશે. પેશવાઓની રાજધાની પૂનામાં અછૂતો માટે એવી રાજ આજ્ઞા હતી કે કરાર પર ઝાડુ બાંધીને ચાલે જેથી તેમના ચાલવાથી ઘરની પર ઝાડૂના નિશાનથી એ સ્પષ્ટ થઈ જાય કેમકે તેમના પદ ચિન્હો પર સર્વણ હિંદુઓના પગ પડવાથી ને અપવિત્ર બની જતા હતા. સમસ્યાના ઉકેલ માટે કમર પર ઝાડૂ બાંધવામાં આવતું હતું જેથી અછૂતોના પગલા નિશાન દૂર થઈ જાય. એટલું જ નહીં પૂનામાં અછૂતોને ગળામાં માટીની હાંડી લટકાવીને ચાલવું પડતું હતું કેમકે તે તેમાં થૂંકે કેમકે જમીન પર પડેલા થૂંક પર પગ પડવાથી સર્વણ હિંદુ અપવિત્ર બની જતા હતા.

લાહોર સંમેલનના આયોજકોની પાસે આંબેડકરના અધ્યક્ષીય ભાષણ પહોંચ્યુ

અને તેમણે હિંદુ ધર્મશાસ્ત્રોની ટીકા વાંચી તો તેમણે આંબેડકરને એ કાઢી નાંખવા જણાવ્યું.

કેમકે આયોજકોએ હિંદુ ધર્મશાસ્ત્રોને ઉંડાણપૂર્વક વાંચ્યા હતા. આ પત્ર વ્યવહારમાં સમય પસાર થતો ગયો એનું પરિણામ એ આવ્યું કે જે તારીખે લાહોરમાં સંમેલન થવાનું હતું તે તે તારીખે ન થઈ શક્યું.

આ પત્ર વ્યવહાર વચ્ચે ડૉ.આંબેડકરે આયોજકોને એ પુસ્તકો અંગે કેટલીક માહિતી આપે જેના આધારે આંબેડકરે પોતાના ભાષણમાંથી એ અંશો દૂર કર્યા એટલા માટે સંમેલનની તારીખ નવેસરથી નક્કી કરવામાં આવી.

પોતાના ભાષણમાં આંબેડકરે કહ્યું કે, ભારતનો સમાજ મૂળતઃ ચાર વર્ણોમાં વિભાજિત છે. જેને ચતુવર્ણથી ઓળખવામાં આવે છે. ચતુવર્ણ આ એક વ્યવસ્થા છે જે હેઠળ સમાજમાં બ્રાહ્મણ, ક્ષત્રિય, વૈશ્ય તથા શુદ્ર વર્ણ છે. એ પ્રમાણેજ દરેક વર્ણ માટે કામ કરવાનું નક્કી કરવામાં આવ્યું છે જે એક રીતે સામાજિક અન્યાય છે. વસ્તુતઃ પોતાના માટે કામની પસંદગી કરવી તે દરેક વ્યક્તિનો વ્યક્તિગત મામલો છે. એથી સમાજ દરેક વ્યક્તિ માટે કામના નિર્ણય માટે પ્રબંધક બની જાય ન શકે. ભારતીય સમાજ એ કોઈ ચોક્કસર કારખાનું નથી ન કોઈ મિલ પછી સમાજની શ્રમ વ્યવસ્થાનું સ્વરૂપ આપવાવાળા સ્વંય પ્રબંધક ક્યાંથી આવી ગયા? તેમને આ જવાબદારી કોણે સોંપી છે? દરેક મનુષ્યના સ્વભાવમાં જમીન-આસમાનનું અંતર છે. પરંતુ જેવા તેવા લોકો જાતેજ પ્રબંધક બની તેને તેની શક્તિ અને મેળવેલા જ્ઞાન મુજબ કામ કરવાથી કેવી રીતે રોકી શકે છે.

આંબેડકરે આગળ કહ્યું, ધર્મશાસ્ત્રની આ ધાંધલીઓનો યુગ વીતી ચુક્યો છે. નવી સવાર સાથે નવા દિવસની વાત કરો, નવી શરૂઆત કરો, દરેક સવાર નવી સવાર હોય છે અને દરેક પગલા નવા પગલા હોય છે નવી ચહેલ પહેલ સાથે આગળ વધવા ઉત્સુક પગલા પાછળ વળીને જોતા નથી.

વાઈસરોયની કાઉન્સીલમાં

એ દિવસોમાં વાઈસરોય મુંબઈ આવ્યા હતા આંબેડકરે આ તકનો લાભ લેવાનો નિર્ણય કર્યો. તેમણે ગર્વનર સાથે મુલાકાત માટે સમય નક્કી કરવા કહ્યું અને ગર્વનરે સમય આપ્યો.

નિર્ધારિત સમયે ડૉ.આંબેડકર વાઈસરોયને મળવા જઈ પહોંચ્યા. સામાન્ય ઔપચારિકતા પછી વાઈસરોયે આંબેડકરને તેમનું આવવાનું કારણ પૂછ્યું તો આંબેડકરે વાઈસરોયની કાઉન્સીલમાં અછૂતો ખાસ કરીને મહારોનું પ્રતિનિધિત્વ ન હોવાની વાત જણાવી.

વાઈસરોયે તેમની માંગનો તરત સ્વીકાર કરી લીધો અને તેજ સમયે જાહેરાત કરી, 'આંબેડકરને વાઈસરોયની કાઉન્સીલના સભ્ય નિયુક્ત કરવામાં આવે છે.'

ડૉ.આંબેડકર મનોમન ખુશ થયા. પરંતુ સાથે તેમણે એ પણ કહી દીધુ કે, જનસંખ્યાની દ્રષ્ટિએ અછૂતોના ઓછામાં ઓછા ત્રણ સભ્ય વાઈસરોયની કાઉન્સીલમાં લેવાવા જોઈએ. વાઈસરોયે કહ્યું કે તેના પર વિચાર કરવામાં આવશે.

આંબેડકરે આ ઉપરાંત અછૂતોને સરકારી નોકરીમાં પ્રવેશવય સીમાની છૂટ તથા સ્પર્ધાત્મક પરીક્ષાઓમાં બેસવા માટે પરીક્ષા ફીમાં છૂટની વાત મૂકી તો વાઈસરોયે તેને પણ સ્વીકાર કરી લીધો. અછૂતો અને મહારોને જ્યારે આ વાતની ખબર પડી કે, ડૉ.આંબેડકરને વીસરોયે વાઈસરોયની કાઉન્સીલમાં સભ્યપદે નિયુક્ત કર્યા છે તો ચોતરફ ખુશીનો માહોલ છવાી ગયો. ઠેરઠેર સરઘસ કાઢવામાં આવ્યા. સભાઓ રાખવામાં આવી. ડૉ.આંબેડકરનો ઉત્સાહ પણ જોવા જેવો હતો. તેમના મનની પૂરી થઈ ગઈ હતી. બાકીનું મળવાી આશા અને આશ્વાસન પણ મળી ગયા હતા.

★★★

૧૫

રાજનીતિક અસંતુલન

ઈ.સ.1945નું વર્ષ વિત્યુ અને ઈ.સ.1946નું વર્ષ આવ્યું. આ વર્ષમાં ન માત્ર ભારતમાં પરંતુ અન્ય દેશોમાં પણ ભારે રાજનીતિક ઉથલપાથલ થતી રહી તેમાં અસ્થિરતાની સ્થિતિ બનેલી હતી.

ચુંટણી પછી બ્રિટિશ વડાપ્રધાન શ્રી એટલીએ ૧૬ માર્ચ ૧૯૪૬માં ઘોષણા કરી કે અમે લઘુમતી દળોને બહુમતીની પ્રગતિમાં બાધક બનવા દેશુ નહીં. ડૉ.આંબેડકરે જ્યારે આ વાંચ્યુ તો તે સતર્ક અને સચેત થઈ ગયા. તેમણે મહારાષ્ટ્રનો પ્રવાસ કરી અછૂતોને સાવધાન કર્યા.

કેબિનેટ મિશન

૨૪ માર્ચ, ૧૯૪૬માં કેબિનેટ મિશન ભારત આવ્યું. તેમણે ભારતના મુખ્ય નેતાઓ સાથે મુલાકાત કરી. તેમણે આ અવસર પર માસ્ટર તારા સિંહ અને ડૉ.આંબેડકર સાથે પણ ખાસ મુલાકાત કરી. ડૉ.આંબેડકરે દલિતો માટે અલગ ચુંટણી, અલગ આવાસ અને નવા સંવિધાનમાં તેમના હિતોની રક્ષાની માંગણી કરી. પરંતુ કેબિનેટ મિશને નવી સંવિધાન સભા અને લાંબાગાળાની સરકારની રૂપરેખાની ઘોષણા કરી. ઘોષણામાં દલિત જાતિ ફેડરેશનની માંગોની ઉપેક્ષા કરવામાં આવતી હતી. પરિણામે ફેડરેશના કાર્યક્રમોએ એકઠા થઈને આંદોલનનો આરંભ કર્યો. બંને તરફથી આંદોલન થવા લાગ્યા અને આ આંદોલનમાં ડૉ.આંબેડકરનો ભારત ભૂષણ પ્રેસ ભસ્મીભૂત થઈ ગયો. દલિતોના આંદોલને જોર પકડ્યું અને જગ્યાએ જગ્યાએ સભાઓ તથા સરઘસ કાઢવામાં આવ્યા.

કેન્દ્રિય મિશને ૧૬ જુન, ૧૯૪૬માં જેમાં ૫ કોંગ્રેસી, ૧ કોંગ્રેસી હરિજન, ૫ મુસ્લિમ લીગ અને પારસી સિખ તથા ઈસાઈઓનો એક-એક પ્રતિનિધિ

લેવામાં આવ્યા અને ન તો કોંગ્રેસે સ્વીકાર કર્યો અને ન લીગે. પરિણામે વાયસરોયે ૨૯ જુને ૮૦ ટકા અંગ્રેજોની કામ ચલાઉ સરકારની ઘોષણા કરી. છેલ્લી સરકારમાં ડૉ.આંબેડકરને પ્રતિનિધિત્વ મળ્યું ન હતું. આથી તેમને તેનુ પણ સમર્થન મળ્યું નહીં. આ અવસરે તેમણે ઘોષણા કરી કે દલિત સમાજ સાથે જે અન્યાય થયો છે. તેના વિરૂધ્ધ અછૂતોએ અહિંસા ભક સંઘર્ષ તો કરવોજ પડશે.

અંતમાં ૨૪ ઓગસ્ટે વચગાળાની કોંગ્રેસ સરકારની જાહેરાત કરવામાં ાવી. જેમાં હરિજનોના પ્રતિનિધિ તરીકે બાબુ જગજીવનરામને લેવામાં આવ્યા. ડૉ.આંબેડકરે પ્રધાનમંત્રી ઈટલીને તાર કર્યો કે હરિજનોને ઓછામાં ઓછા બે સ્થાન મળવા જોઈએ. એપ્રિલ ૧૯૪૬માં ડૉ.આંબેડકરે સિધ્ધાર્થ કોલેજનું ઉદ્‌ઘાટન કર્યુ ત્યાં સુધીમાં તે બુધ્ધ અને બૌધ્ધ ધર્મની તરફ આકષી ગયા હતા. સિધ્ધાર્થ બુધ્ધનું અગાઉનું નામ હતું આ જ નામથી આ કોલેજનું નામ રાખવામાં આવ્યું.

એ દિવસોમાં ડૉ.આંબેડકરના મનમાં 'અછૂતો'ને માટે પૃથક પ્રતિનિધિત્વની વાત પૂરી જોર પકડવા લાગી. પરંતુ તેમને એ કાર્યમાં સહાયતા મળતી નહતી. આંબેડકરના મનમાં એક પ્રકારની ગ્રંથિ બંધાઈ ગઈ હતી. સર્વણ હિંદુ મુસલમાનો આગળ તો ઘૂટણ ટેકવી રહ્યા હતા પરંતુ અછૂતોની સામે તે છાતી કાઢતા હતા તે અછૂતોની સાથે માનવીય વ્યવહાર કરવાનો પણ ઈન્કાર કરી દેતા હતા. આંબેડકરને લાગી રહ્યું હતું કે, ડગલેને પગલે તેમની સાથે અન્યાય અને અત્યાચાર થઈ રહ્યો છે જેના કારણે આંબેડકરને હિંદુ નેતાઓ પર ગુસ્સો આવતો હતો. ૪ જૂન, ૧૯૪૬ ના દિવસે એન. શિવરાજના નેતૃત્વમાં દલિત જાતિ ફેડરેશનની એક બેઠકનું આયોજન કરવામાં આવ્યું જેમાં તેમણે અછૂત જાતિઓને પૃથક પ્રતિનિધિત્વ આવવાની વાત કહી હતી તેમનું કહેવું હતું કે આ પરિસ્થિતિ વગર વિધાનસભાઓ અને પરિષદોમાં સ્થાન મળી નહીં શકે. જૂન-૧૯૪૬માં વચગાળાની સરકાર કોંગ્રેસની સરકાર હતી. વચગાળાની સરકારે હિન્દુઓ અને મુસલમાનોના સમાન પ્રતિનિધિત્વનો સ્વીકાર કરી લીધો હતો. પરંતુ અછૂતોના પૃથક મતાધિકાર અંગે તેણે વિચાર શુધ્ધા કર્યો નહતો. આંબેડકર દ્વારા એના માટે સંઘર્ષ છતાં જે કંઈ તેમને આપ્યું હતું તે છ, સાડા છ કરોડ અછૂતો માટે એક પ્રતિનિધિ.

દલીત ફાઉન્ડેશનને લાગવા લાગ્યું કે કોંગ્રેસ અને મુસ્લીમ લીગે અંદરોદર બંદર વહેંચી લીધી છે તેમને લાગ્યું કે અછૂતોના અધિકારોનું હનન કરવામાં આવ્યું છે તો હવે શું કરવું જોઈએ? આ વિકટ પ્રશ્ન હતો. એ સમયે તેમને ગાંધીજીનું આંદોલન યાદ આવ્યું અને તેમણે અહીં સાત્મક આંદોલન કરવાનો નિર્ણય કર્યો. એ અગાઉ મુંબઈ અને પૂનામાં અછૂતોના વિશાળ સરઘસ કાઢવામાં

આવ્યા. એની સફળતાથી પ્રેરાઈને વર્ધામાં પણ એક સરઘસ કાઢવામાં આવ્યું. તેમણે એ સાબિત કરવા ઈચ્છયું કે, અછૂત હજુ વિખેરાયા નથી પણ પૂર્ણતઃ સંગઠિત છે. તેમની માંગોની ઉપેક્ષા કરી શકાતી નથી.આ બાપુ કોંગ્રેસ અને મુસ્લીમ લીગમાં વચગાળાની સરકારની રચના માટે સોદાબાજી થઈ રહી હતી ડૉ. આંબેડકરને તક મળી ગઈ તેમને આને ષડયંત્ર માંની તેની સામે બ્રિટીશ પ્રધાનમંત્રીને તાર કર્યો. જેમાં તેમણે સરકારની રચનાની સારી બાબતો અને સાંઠગાંઠ અંગે વિસ્તારથી લખ્યુ અને તે સાથે એ પણ લખ્યું કે ઓછામાં ઓછા બે સ્થાન તો અછૂતોને મંત્રીમંડળમાં મળવા જ જોઈએ.

ડૉ.આંબેડકરને તેમના આ પ્રયાસમાં સફળતા મળી ગઈ. બ્રિટીશ સરકારે તેમની આ માંગ માની લીધી અને તેને પૂરી કરવાનું વચન આપ્યું. ૨૬ જૂલાઈ ૧૯૪૬ એ વિધાન પરિષદમાં સરદાર વલ્લભભાઈ પટેલે એક બીલ રજૂ કર્યુ. જેમાં કહેવામાં આવ્યું હતું કે, કોઈને અછૂત માનવા ગુનો છે. આ બિલને અછૂત વિરોધી બિલ કહેવામાં આવ્યું હતું. વિધાનસભામાં આ બીલ સ્વીકારી લેવામાં આવ્યું. આજ વર્ષ ૧૯૪૬ માં જૂલાઈમાં ડૉ.આંબેડકરે વાઈસરોય કાઉન્સીલમાંથી રાજીનામુ આપી દીધું.

પુનઃ લગ્ન

સમાજની બધી ખરાબીઓને દૂર ફેંકવામાં ડૉ.ભીમરાવને પોતાની શારીરિક અને માનસિક શક્તિનો બહુ ભાગ ખર્ચ કરવો પડતો હતો. ધર્મપત્નીના નિધન બાદ તેમનું જીવન એકાકી બની ગયું હતું. ન સૂવાનો સમય, ન ખાવાનો સમય પરિણામે શરીર નબળુ પડી ગયું હતું ડોક્ટરોએ તેમને ડાયાબિરટીશ હોવાનું જાહેર કર્યુ છેવટે તેમને હોસ્પિટલમાં દાખલ થવું પડ્યું. શ્રી કૃષ્ણરાવ બી. કબીરની પુત્રી ડો.શારદા કબીરને જ તેમની સાહવારનું કામ સોંપવામાં આવ્યું.

ત્યાંથી એમની નિકટના વધી ૧૯૪૮ બંનેને કોઈ લગ્ન કર્યા. ડૉ.આર. જાદવે પોતાના પુસ્તક 'ડૉ.આંબેડકર વ્યક્તિત્વ અને વૃતિત્વ' ના પાના નં.૮૦-૮૧ જે તેમના જીવનમાં લગ્ન સંબંધમાં જે વર્ણન કર્યુ છે તે આ પ્રમાણે છે.

ડૉ.સાહેબને એક તરફ મુંબઈમાં પોતાના નવનિર્મિત 'રાજગૃહ'માં પ્રવેશની ખુશી હતી. તો બીજી તરફ તેમને પત્ની વિયોગનું દુઃખ સહન કરવુ પડ્યુ.પરતું બાબા સાહેબે પોતાના એકલાપણાને પોતાનુ દુર્ભાગ્ય ન સમજ્યા તે વિદ્યાભ્યાસમાં લીન રહેવા લાગ્યા. ગ્રંથ રચનામાં ડુબેલા રહેવા લાગ્યા તે દિવસ રાત ગ્રથમાં ડુબેલા રહેતા હતા પરિવારનુ એકલાપણુ તેમને વરદાન સિધ્ધ થયુ.

તે યોગી પુરુષ 1935 થી લઇને 1947 સુધી બ્રહ્મચારી રહ્યા પરંતુ મહાન લોકોની વાતો પણ મહાન હોય છે ડોક્ટરો એ તેમને સલાહ આપી હતી કે લગ્ન કરી લો. તે પણ મહિલા ડોક્ટડર સાથે જેથી તે તમારી દેખભાળ સારી રીતે કરી શકે તે તમારા માટે ફાયદારક રહેશે. ધરમાં તેમની દેખભાળ કરનાર પોતાનુ કોઇ ન હતુ. મધુપ્રમેહના રોગને કારણે તેમને રોજ ઇન્સ્યુલીનનું ઇન્જેકશન લેવુ પડતુ હતું તેથી જો ઘરમાં કોઇ મહિલા ડોક્ટર હોયતો પરેશાની ઓછી થઇ શકે.

મિસ ડો. કબીર જે હોસ્પીટલમાં તેમનો ઇલાજ કરતી હતી. તેમની ઉમર 40 વર્ષની હતી ડૉ.માંવલંકરે ડૉ.આંબેડકરને ફરીથી સલાહ આપી તેમણે કોઈ મહિલા ડોક્ટર સાથે લગ્ન કરી લેવા જોઈએ. એટલુંજ નહીં તેમણે મિસ ડૉ. શારદા કબીરનું નામ પણ સુચવ્યુ. ડૉ.આંબેડકર હોસ્પીટલમાં આખુ એક અઠવાડિયુ ડૉ.શારદા કબીર ધ્વારા કરવામાં આવેલી સેવાથી પ્રભાવિત તો હતાજ, તેમને લાગ્યુ કે તે જ તેમના માટે એક સારી ગૃહિણી સાબિત થઇ શકે.

ડો. આંબેડકરના કેટલાક ભકતો તથા અનુયાયીઓના વિચારમાં મિસ ડો.કબીર એક ઉતમ પસંદગી ન હતી. તો હતી તો બ્રાહ્મણ જાતીની તથા તેમની ઉમર પણ ઢળેલી હતી ડો. આંબેડકરનું કહેવાનુ હતુ કે તેની દેખભાળ કોણ કરશે એટલે ડો. શ્રી.વી.કે ગાયક્વાડે એ સુચન કર્યું કે પોતાની સાળીને તેમની દેખભાળ માટે મોકલી દેશે. તે એક ભણેલી ગણેલી મહાર છોકરી છે. ડો.આબેડકરે ટાળી દીધુ. ડો. શ્રી.વી.કે ગાયકવાડે પોતાની સાળી સાથે લગ્નનો પસ્તાવ પણ રાખ્યો. પરંતુ ડો.આંબેડકર ડો.શારદા કબીર સાથે લગ્ન કરવાનું નક્કિ કરી ચુકયા હતા.

આ ધટનાથી મહારાષ્ટ્રમાં તણાવનું વાતાવરણ પેદાથઇ ગયુ. એક અછુત એક બ્રાહ્મણ સાથે લગ્ન કરવાનો હતો, આખા મહારાષ્ટ્રમાં તેનો વિરોધ થયો. પટેલ તથા નહેરુ પણ કઇ ન કરી શકયા, તે ઔતહાસિક લગ્ન નક્કિ જ હતા.

ડો.કબીર વિમાન ધ્વારા 11 વાગ્યે દિલ્હી પહોંચી ગઇ. 14 એપ્રિલ 1948 એપ્રિલના બરોબર 2:30 વાગ્યે તેમના લગ્ન સંપન્ન થઇ ગયા. દિલ્હીના ડેપ્યુટી કમિશનરશ્રી રામેશ્વર દયાલ રજિસ્ટ્રારના રુપમાં ત્યાં હાજર હતા.

ડૉ.આંબેડકરના શબ્દોમાં આ લગ્નથી કોઇ ખાસ આરામ થયો નહી. પરંતુ શારીરિક તથા માનસિક પરેશાનીઓમાં વધારો થયો સમયાંતરે તેમની આ મુશ્કેલી રાજમહેલમાં ઝગડો બનીને ગાજી.

શ્રીમતી ડૉ.આંબેડકર (ડો. કબીર) ડૉ.આબેડકરના ભકતો તથા સેવકો

સાથે કઠોર વ્યહાર કરતી હતી. કેટલાક ને તો તે એ મહેલમાં આવવા જ દેતી ન હતી તેમા એક હતો મહાર જાતિનો છોકરો સુદામા. શ્રીમતી આંબેડકર તેને પણ જેમ-તેમ બોલતી હતી. ડો. આંબેડકર પોતે તેને ઘણો પ્રેમ કરતા હતા.

એક દિવસ ડૉ.આંબેડકરની ધીરજ ખુટી ગઇ અને તેમણે શ્રીમતી આંબેડકરને કહી દીધુ તુ અહિયા કુંભના મેળામાં ફરવા આવી છો કે મારી દેખભાળ કરવા માટે? તે મને વાયદો કર્યો હતો કે તું મારા ખાવા-પીવાનુ ધ્યાન રાખીશ. પરંતુ તું મારી ગેરહાજરીમાં આખો દિવસ તને રખડવામાંથી ફુરસત નથી મળતી. તમે બધાએ ભેગા મળીને મારી સાથે દગો કર્યો છે તને ન તો ભણવાનો શોખ છે ન તો લખવાનો અને ન તો તારી પાસે મારી દેખભાળ માટે સમય છે. તું તો અહિંયા માત્ર મજા કરવા માટે આવી છો.

દબાયેલા અવાજે કેટલાક લોકો ડો. આંબેડકરના અકાળે મુત્યુનું કારણ તેમનુ કલેશ ભર્યું દામ્પત્ય જીવન જ માને છે.

સંવિધાનની જોગવાઇ

બાબા સાહેબે ભીમરાવ આંબેડકરે સંવિધાનનું માળખુ (પ્રારૂપ) કમિટિના અધ્યક્ષ બનાવવામાં આવ્યા હતા. 30 ઓગષ્ટ 1947 માં બાબાસાહેબે સંવિધાનમાં અનુસુચિત જાતિઓ તથા અનુસુચિત જનજાતિઓ માટે આ મુદ્દાઓ સામેલ કર્યાં.

રાજય જનતાના નબળા વર્ગ ના ખાસ કરીને અનુસૂચિત જાતિઓ તથા અનુસૂચિત જનજાતિના શિક્ષણ તથા શિક્ષણ તથા તેમના આર્થિક અધિકારોને ખાસ સાવધાનીથી તેમના વિકાસની દેખરેખ તથા તેમની સાથેજ સામાજીક શોષણ તથા અન્ય બધા પ્રકારના અન્યાયોથી તેમને સંરક્ષણ આપશે.

શિક્ષા :- અનુસુચિત જાતિઓ અને અનુસુચિત જનજાતિઓ માટે શિક્ષણ સંસ્થાઓના દરવાજા સામાજીક અન્યાય ધૃણા અસ્પૃશ્યતા અને ભેદભાવને કારણે બંધ હતા ફકરો ૨૯(૨) માં હેઠળ જોગવાઇ કરવામા આવી.

''રાજય દ્વારા ઘોષીત અથવા રાજય-દાનથી સહાયતા મેળવનારી કોઇ પણ શિક્ષણ સંસ્થામા પ્રવેશ માટે કોઇપણ નાગરીકને માત્ર ધર્મ, મૂળવંશ, જાતિ અથવા એમાંના કોઇપણ આધાર પર વંચિત ન રાખવામાં આવે.''

અનામત :- ''સંઘ કે રાજયના કાર્યોથી સંલગ્ન સેવાઓ (નોકરીઓ) અને પદો (Post) પર નિયુકત કરવામાં પ્રશાસન કાર્યપટતા (કાર્ય કુશળતા) જાળવે, તથા સંગન્ત પ્રમાણે રાખવા માટે અનુસુચિત જાતિઓ તથા જનજાતિઓના સભ્યોના દાવાઓને ધ્યાનમાં રાખવામાં આવે.(ફકરો 335)

સંવિધાનના ફકરો 330 દ્વારા લોકસભામાં અનુસૂચિત જાતિઓ અને

જનજાતિઓ માટે અને રાજ્ય વિધાનસભામાં ફકરો ૩૩૨ દ્વારા સ્થાન અનામત રાખવામાં આવ્યા છે. આ સ્થાન અંગે રાજ્યોમાં અનુસૂચિત જાતિઓ તથા જનજાતિઓની વસ્તીના ટકા પ્રમાણે અનામત રાખવામાં આવે.

અવસરની ક્ષમતા :- ફકરા 15માં ધર્મ, મૂળવંશ જાતિ, લિંગ, જન્મસ્થાન અથવા તેમાંના કોઈપણ આધાર પર થનારા ભેદભાવોને સમાપ્ત કરવામાં આવ્યા છે. સંવિધાન લાગુ કરતા પહેલા અનુસૂચિત જાતિઓ તથા જનજાતિઓ સાથે તેમની જાતિના કારણે તેમને જુદા-જુદા પ્રકારના ભેદભાવોનો સામનો કરવો પડતો હતો, તેમની આ કહેવાતી નીચ જાતિ જ જેણે તેમને માનવતાના દરજ્જાથી પણ પાડી દીધા અને કેટલી સદીઓ સુધી ગુલામીમાં જકડી રાખેલા જાતિ ભેદને કાનુની મૃત્યુની નિંદરમાં સુવડાવી દીધા.

અનુસૂચિત જાતિઓ અને જનજાતીયોને સમતા આપવામાં આવી જે એમને પહેલા મળતી ન હતી. અનુચ્છેદ 16માં ઉપરનું પ્રબંધન કરવામાં આવ્યું (૧) રાજ્ય આધીન નોકરીઓ અથવા પદો પર નિયુક્તિના સંબંધમાં બધા નાગરિકો માટે સરખી તક મળશે.

(૨) માત્ર ધર્મ, મૂળવંશ, જાતિ, લિંગ, ઉદ્ભવ જન્મસ્થાન, નિવાસ અથવા એમાંથી કોઈપણ ના આધાર પર કોઈ નાગરિક માટે રાજ્ય આધીન કોઈ નોકરી અથવા પદના વિષયમાં ન અ પાત્રતા હશે અને ન કોઈ ભેદભાવ કરવામાં આવશે.

બધા નાગરિકોને અનુચ્છેદ ૧૯(૧) દ્વારા (૧) શાંતિપૂર્વક અને શાસ્ત્રો વગર સંમેલનનો (૨) સંસ્થાનો સંઘ બનાવવા (૩) ભારત રાજ્ય ક્ષેત્રમાં સર્વત્ર અવધિ સંચરણનો (૪) ભારત રાજ્ય ક્ષેત્રના કોઈ ભાગમાં નિવાસ કરવા અથવા વસવાટ કરવાનો (૫) સંપતિના અર્જન, ધારણ અને ખર્ચનો (૬) કોઈવૃત્તિ, ઉપજીવિકા, વ્યાપાર અથવા કારોબાર કરવાનો અધિકાર આપવામાં આવે જ્યારે બંધારણના અનુચ્છેદથી અગાઉ અનુસૂચિત જાતિઓ અને જનજાતિઓને આ અધિકાર પ્રાપ્ત ન હતા. પંજાબમાં અનુસૂચિત જાતિઓ અને જનજાતીઓના લોકોને જમીન ખરીદવાનો હક ન હતો. ભારત રાષ્ટ્રના અન્ય કેટલાય પ્રાંતોમાં પણ આવા અનેક પ્રતિબંધ વ્યવહારમાં હતા. અનુસૂચિત જાતિઓ અને જનજાતીયોના લોકો પોતાની પસંદનો વ્યવસાય કરી શકતા ન હતા. કેમકે તેમને મડદા ઉઠાવવા, પશુઓની ખાલ ખેંચવી, ગંદકી ઉઠાવવી, સફાઈ કરવી, વગેરે જેવા વ્યવસાય કરવા પડતા હતા. અનુચ્છેદ 19 એ દલિત વર્ગો- અનુસૂચિત જાતિઓ અને જનજાતીઓ માટે જીવન વ્યાપનના અન્ય વ્યવસાય તથા ઉન્નતિના માર્ગ ખોલી દીધા.

વિશેષ પદાધિકારીની નિયુક્તિ : સંવિધાનના અનુચ્છેદ 338 દ્વારા અનુસૂચિત જાતીઓ અને જનજાતીઓ માટે વિશેષ એક પદાધિકારીની નિયુક્તિ રાષ્ટ્રપતિ દ્વારા કરવાનું પ્રાવધાન છે.

અછૂતપણું એક અપરાધ :- બંધારણના અનુચ્છેદ ૧૫ દ્વારા છૂત-અછૂત દૂર કરવામાં આવી છે. અછૂતપણુ તે કોઈ ર્નિયોગ્યતા લાગૂ કરવા અપરાધ અને કાયદા મુજબ દંડનીય જાહેર કરવામાં આવ્યું.

બેગાર સમાપ્ત :- બંધારણના અનુચ્છેદ ૨૩ (૧) માં ઉપબંધ કરવામાં આવ્યું. 'બેગાર તથા આ પ્રકારના અન્ય જબરજસ્તીથી લેવામાં આવેલા કામ નિષેધ કરવામાં આવ્યા છે અને તેનું ઉલ્લંઘન અપરાધ અને દંડનીય જાહેર કરવામાં આવ્યું.

શોષણની વિરુધ્ધ ઉપબન્ધઃ- સંવિધાનના અનુચ્છેદ ૨૪માં ઉપબન્ધ કરવામાં આવ્યું કે, ''૧૪ વર્ષ કે તેનાથી નાની ઉંમરના કોઈપણ બાળકને કોઈ ફેક્ટરી અથવા ખાણમાં નોકર તરીકે ન રાખવામાં આવે અને ન કોઈ અન્ય ખતરનાક નોકરીમાં લગાવવામાં આવે.

બંધારણમાં અનુસૂચિત જાતિઓ અને અનુસૂચિત જનજાતીઓને દેશના અન્ય નાગરિકોની સમાન જે મૌલિક અધિકાર અને અન્ય તમામ અધિકાર બાબાસાહેબ આંબેડકરની અથાગ મહેનતના કારણે જ મેળવી શક્યા.

દેશ પ્રત્યે સેવાઓ (૧)

આમ તો દેશની આઝાદીમાં અને આઝાદ કરાવવામાં ઘણા બધા લોકોએ પોતાનું યોગદાન અને કુરબાનીઓ આપી છે. પરંતુ અહીં અમે એ જણાવવા માંગીએ છીએ કે આઝાદીની લડાઈમાં બાબાસાહેબ ભીમરાવ આંબેડકરે પણ યોગદાન આપ્યું હતું અને તે ના માટે કેટ-કેટલા પ્રયત્ન કર્યા. બાબાસાહેબ ભીમરાવ આંબેડકર મહાન સમાજશાસ્ત્રી શિક્ષાવિધ અને દાર્શનિક હતા. તેમને પોતાના સમાજ અને દેશનું પૂરુ ભાન હતું. બાબા સાહેબ રાષ્ટ્રની પરિભાષા આપતા કહે કે- સમાજ રાષ્ટ્ર દેશ જેવા શબ્દ જે જટીલ અથવા સંદિગ્ધ નથી. તો મળેલા જરૂર છે. રાષ્ટ્ર એક શબ્દ શરૂર છે પરંતુ એમાં ઘણાબધા વર્ગ મળેલા છે. દાર્શનિક દ્રષ્ટિથી રાષ્ટ્રને એક એકાઈ માનવો યોગ્ય છે પરંતુ સામાજિક દ્રષ્ટિથી એમ થઈ શકતુ નથી કેમકે રાષ્ટર અનેક વર્ગોનો સમૂહ છે. જો રાષ્ટ્રની સ્વતંત્રતાને વાસ્તવિક રૂપ આપવું છે તો તેમાં રહેવાવાળા બધા વર્ગોની સ્વતંત્રતા પણ ટકાવી રાખવી જોઈએ. મુખ્યતઃ મુખ્યત્વે એ લોકોની જે દાસ અને શોષિત છે. બાબા સાહેબે રાષ્ટ્રીયતાને પોતાના શબ્દોમાં આમ વ્યક્ત કર્યુ, 'આ તે સંગઠીત સ્થાયી ભાવ છે જે લોકોમાં જોવા મળે છે તેમને

તે અનુભવ કરાવે છે કે તે સગા ભાઈ-બહેન છે.'

આ રીતે રાષ્ટ્રવાદને પણ તેમણે પોતાના શબ્દોમાં વ્યક્ત કર્યો છે. ''આ પોતાનાત્વની ચેતનાનો ભાવ છે. જે એકબીજા જિનમાં પણ જોવા મળે છે. તેને સાથે સાથે લાવીને બેસાડી દે છે. તે એટલી બલવત્તર હોય છે કે બધા પ્રકારના ભેદભાવોને જે આર્થિક સંઘર્ષ કે સામાજીક સ્તરોમાંથી ઉત્પન્ન થાય છે, તેમને દબાવીને રાખે છે. બાબા સાહેબના રાજનિતીક વિચારો પ્રમાણે સાચા રાષ્ટ્રવાદ માટે બે વાત હોવી જરૂરી છે.

(૧) રાષ્ટ્રના સંદર્ભમાં, રાષ્ટ્રવાદ સ્થાયી રૂપથી ટકી શકતો નથી. (૨) આંતરરાષ્ટ્રીય ક્ષેત્રમાં રાષ્ટ્રવાદનો આધાર માનવ પ્રગતિ તથા ભલી હોવો જોઈએ. નહીં તો સંકુચિત સંઘર્ષ તથા યુધ્ધોને જન્મ આપી શકે છે.

રાષ્ટ્રવાદની ભાવના :- બાબાસાહેબ આ વિષયને એમ વ્યક્ત કરે છે. રાજનીતિ કાલનો વિષય નથી કારણ કે એકતા માત્ર બહારની વસ્તુઓનો મેળ કરવાથી જ સ્થાપિત નથી થઈ જતી. અસામાજીક એકતા વગર રાજનીતિક એકતા પ્રાપ્ત કરવી કઠિન છે અને જો પ્રાપ્ત કરી પમ લેવામાં આવે તો આ કાર્ય તે મોસમી છોડ જેવું હોય છે કે જે સામાન્ય હવાના એક ઝોંકાથી ઉખડી જાય.

બાબા સાહેબે રાષ્ટ્રવાદને વ્યાખ્યાયિત કરતા કહ્યુ છે કે રાષ્ટ્રવાદ માટે સાંસ્કૃતિક તથા ભૌગોલિક ક્ષેત્રની એકતા હોવી જરૂરી છે. બાબા સાહેબે દેશ ભક્તિને એ રીતે વ્યાખ્યાયિત કરી છે. 'ભારતમાં કોઈ દેશભક્ત અથવા રાષ્ટ્રવાદી તે માનવામાં આવે છે જે પોતાની ખુલ્લી આંખોથી જ પોતાના જ સાથિયોને માનવ પ્રાણીઓથી ઓછાની સ્થિતીમાં જોતો રહે છે. પરંતુ તેમની માનવતા તેમના પ્રત્યે વિદ્રોહમાં ઉભી થતી નથી. તે જાણે છે કે સ્ત્રી પુરૂષને કોઈ કારણ વગર તેના માનવીય અધિકારોથી વંચિત રાખવામાં આવે છે. પરંતુ તેનાથી પણ તેમની નાગરિક ભાવના સારા કાર્ય માટે ઉત્તેજીત થતી નથી. તે જોવે છે કે ઘણા બધા લોકો માટે પબ્લિક રોજગારના દરવાજા બંધ કરી દેવામાં આવ્યા છે, પરંતુ તેનાથી પણ તેમની ન્યાય તથા સારાપણાની ભાવના જાગૃત થતી નથી. સેંકડો ખરાબ વ્યવહાર જે મનુષ્ય તથા સમાજને પીડા પહોંચાડે છે. તેના દ્વારા જોવા મળે છે પરંતુ તે ખરાબીઓ તેને અસંતોષ છે રોગથી ત્રસ્ત નથી બનાવી શક્તિ દેશભક્તનો માત્ર એકજ પ્રકાર છે. તેનો પ્રથા તેના વર્ગ માટે શક્તિ તથા ઘણી વધારે શક્તિ. મને ખુશી છે કે હું એવા દેશભક્તની શ્રેણીથી કોઈ મતલબ નથી રાખતો.' આ રીતે બાબા સાહેબ ભીમરાવ આંબેડકર જેલ યાત્રાની વ્યાખ્યા આ રીતે કરે છે : 'ભારતમાં જેલયાત્રાએ એક બલિદાનની એક કૃતિ માનવામાં આવે છે. જેલ જવાને ન માત્ર દેશભક્તિ સમજવામાં આવે

છે. પરંતુ તેને એક વીરતાનું કામ પણ માનવામાં આવે છે. ઘણાબધા લોકો એવા હોય છે જેને ક્યારેય કોઈ પુછપરછ ન હતી અને જેમના કિસ્સામાં સાચી રીતે કદી શકાય કે તે દુષ્ટ અને દુરાચારી હતા, જેમણે રાજનીતિને પોતાની અંતિમ શરણ તરીકે અપનાવી હતી, તે જેલમાં જઈને શહીદ બની બેઠા અને તેમણે તે નામ તથા પ્રસિધ્ધિ મેળવી તે આશ્ચર્યજનક છે. જેલના જીવનમાં હવે ભયભીત થવાની કોઈ વાત નથી રહી. એ માત્ર એક બંદિવાન જેવુ રહી ગયુ છે. રાજનીતિક કેદીઓ સાથે હવે અપરાધીઓ જેવો વ્યવહાર નથી કરવામાં આવતો. તેમને અલગ શ્રેણીમાં રાખવામાં આવે છે. જેલ જીવનમાં કોઈ કડકાઈ અથવા કષ્ટ નથી ન તેમાં પ્રતિષ્ઠા છીનવાય છે અને તેમાં સુખનો પણ અભાવ નથી. જેલયાત્રામાં કોઈ વીરતા નથી.

અંગ્રેજી રાજ સાથે ટક્કર

ઈ.સ. ૧૯૩૦માં લંડનમાં ગોળમેજી પરિષદમાં ભારતીય આઝાદીના સંઘર્ષમાં પહેલીવાર ભારતીયોને એક મોકો આપવામાં આવ્યો કે તે પોતાના રાષ્ટ્રના ભાવી સંવિધાન અને તેની સ્વતંત્રતાના પ્રશ્નો ઉઠાવી શકે.

ભારતીય રાષ્ટ્રીય કોંગ્રેસ પહેલા ગોળમેજી પરિષદનો વિરોધ કર્યો, પરંતુ બીજી ગોળમેજી પરિષદમાં તેમણે મહાત્મા ગાંધીને પોતાના પ્રતિનિધિ બનાવીને પરિષદમાં મોકલ્યા હતા. એ સમયે કોંગ્રેસ અને મહાત્મા ગાંધીનું એક લક્ષ્ય બનાવી કે આ સંમેલનમાં ગયા હતા કે ભારતને ડોમી નિયન રાજ્યનો દરજ્જો મળી જાય.

ડોમી નિયન રાજ્ય શું હોય છે :- તેને રાજનીતીક અર્થ થાય છે કે પ્રદેશોની સરકારની. બાગડોર તો ભારતીયોના હાથમાં હશે. પરંતુ કેન્દ્રિય સરકાર અંગ્રેજોના હાથમાં હશે. કોંગ્રેસ અને ગાંધીજી એ વાતથી રાજી હતા. પરંતુ કેન્દ્રિય સરકાર અંગ્રેજોના હાથમાં હશે. કોંગ્રેસ અને ગાંધીજીએ વાતથી રાજી હતા પરંતુ બાબા સાહેબ ભીમરાવ રાજનીતિક ભવિષ્યના નિર્ણયનો હક અંગ્રેજી રાજને આપવાની ના પાડી દીધી. ૧૯૩૦માં આ ગોળમેજી પરિષદમાં અંગ્રેજી સરકારને પડકાર આપતા બાબાસાહેબ ભીમરાવ આંબેડકરે કહ્યું કે ''અમારી સાથે અન્યાય સ્પષ્ટ રીતે થઈ રહ્યો છે અને તેને હજી સુધી મીટાવી શકાયો નથી. જોકે બ્રિટિશ શાસનના ૧૫૦ વર્ષ તો એમજ પસાર થઈ ગયા છે. એવી સરકાર શેના માટે છે. આ તે સરકાર છે જે એ જાણે છે કે મુડીપતી. એ મજુરોને સારા પગાર તથા કામની સારી સ્થિતિ નિષેધ કરી રાખી છે અને તે

એ પણ મહેસુસ કરે છે કે જમીનદાર જનતાનું ખુન ચુસી રહ્યા છે અને છતા પણ તેમણે તે સામાજીક ખરાબીઓનો અંત કર્યો નથી. જેમણે જેમણે પદ દલિતોના જીવનને વર્ષોથી ધૂળધાણી કરી રાખ્યુ છે. જો કે સરકાર પાસે તે ખરાબીઓને સમાપ્ત કરવાની કાનુની શક્તિ છે. છતા પણ તેમણે સામાજીક તથા આર્થિક જીવનની વર્તમાન સંહિતાને નથી બદલી કારણકે તેમને ભય હતો કે આવુ કરવાથી. તેમના શાસન પ્રત્યે વિરોધ ઉત્પન્ન થશે. અમારે એવી સરકાર જોઈએ જ્યાં સત્તામાં લોકો દેશના સર્વોત્તમ હીત પ્રત્યે અવિભાજ્ય, ભક્તિભાવ દેખાડી શકે. અમે એવી સરકાર ઈચ્છીએ છીએ જ્યાં સતામાં લોકો એવુ જામતા હોય કે આજ્ઞાકારિતાનો અંત ક્યાં થશે. અને વિરોધ ક્યાં શરૂ થશે, જીવનની તે સામાજીક તથા આર્થિક સંહિતામાં સંશોધન કરવાથી ભયભીત નહીં થાય જેને ન્યાય તથા ઉપયોગીતાનીમાં ઈચ્છે છે. બ્રિટિશ સરકાર આ ભૂમિકા ક્યારેય નહીં નિભાવે, આથી માત્ર સ્વરાજ્યના સંવિધાનમાં જ આપણને રાજસત્તા મેળવવાનો અવસર મળે છે. સ્વરાજ્ય વગર અમે અમારા લોકોને મુક્ત નહીં કરી શકીએ. ભારતમાં નોકરશાહીની જગ્યાએ જનતાની જનતા દ્વારા અને જનતા માટે સરકારની સ્થાપના કરવામાં આવે. મતલબ તે કેન્દ્રમાં અંગ્રેજી સરકારની જગ્યાએ ભારતીયોની સરકાર હોય.

1937 : અહીયા બાબાસાહબે ભીમરાવ આંબેડકરે પોતાની મજુર પાર્ટી વિશે બતાવતા કહે છે ભારતની સ્વતંત્રતા એક ખુબ ઝડપી જરૂરિયાત છે તેને ટાળી શકાય નહીં.

1939 : 1939માં 29 જાન્યુઆરીએ ગોળમેજી પરિષદ દરમિયાન આપેલા પોતાના ભાષમણાં તેમણે પોતાની માંગોને ફરીથી દોહરાવી, 'કેન્દ્રમાં જવાબદારીને હવામાં લટકતી જોઈ પ્રદેશિક સ્વરાજ્યને ચીપકી રહેવાનો કોઈ અર્થ નથી કોઈ લાભ નથી. મને ખાતરી છે કે કેન્દ્રમાં (સરકાર) વાસ્તવિક જવાબદારી વગર પ્રાદેશિક સ્વરાજ્ય એક ખાલી છોતરા જેવું હશે.

બાબાસાહેબ ભીમરાવ આંબેડકરે અંગ્રેજી રાજ સાથે વિભિન્ન મદ્દાઓ પર વાંધો ઉઠાવ્યો. આ બધા સંઘર્ષનું વિતરણ અંગ્રેજી સરકાર દ્વારા છાપવામાં આવેલા પુસ્તક ''ટ્રાન્સફર ઓફ પાવર' માં આપ્યું છે.

બાબાસાહેબ ભામરાવ આંબેડકરે પોતાના અનેક ભાષણો તથા વકતવ્યોમાં વારે વારે એ વાત દોહરાવીઃ હું જાણુ છું મારી સ્થિતિને દેશમાં સારી રીતે સમજવામાં આવી નથી જો કે તેને ભુલ જ સમજવામાં આવે છે એટલે હુ ઈચ્છુ છું કે મારી સ્થિતિને આ અવસર પર સ્પષ્ટ કરૂ. હું એ કહુ છુ કે જયારે કયારેય પણ મારા વ્યકિતગત હિતો અને દેશના હિતો વચ્ચે કોઇ વિરોધ ઉત્પન્ન થાય

તો મે હમેશા મારા દેશના હિતોને વ્યકિતગત હિતોથી ઉપર રાખ્યા છે મેં કયારેય પણ મારા પોતાના સ્વાર્થનો માર્ગ નથી અપનાવ્યો .....જયાં સુધી દેશની માંગોનો પ્રશ્ન છે. હુ કયારેય પાછળ રહ્યો નથી'' આ રીતે બાબા સાહેબ ભીમરાવ વારેવારે દેશની પૂર્ણ આઝાદીની માંગ વિભિન્ન મંચ પર ઉઠાવતા રહ્યા અને અંગ્રેજો સાથે ટકકર લેતા રહ્યા.

એકતાના ધ્વજવાહક

બાબાસાહેબ ભીમરાવ આંબેડકર દેશની એકતા અને અખંડિડતાના સમર્થક હતા જેના કેટલાક ઉદાહરણ આ રીતે છે. (૧) બાબા સાહેબે પાકીસ્તાનની યોજના પર પોતાનો મત આ પ્રકારે આપ્યો. ઇ.સ.1939 માં શ્રી જિન્હા એક હઠ લીધી અને પાકીસ્તાનના પક્ષમાં તેમણે એક સેતાની પ્રસ્તાવ પાસ કરતા મુસલમાનોને અલગ કરવાની ખતરનાર તથા વિનાશ કરવાવાળી અલગાવની નીતિની રૂપરેખા તૈયાર કરી. આ અલગાવનું કારણ શું છે? કોઇ કારણ નથી માત્ર વિચારધારામાં પરિવર્તન કે મુસલમાન એક રાષ્ટ્ર છે. અથવા જાતિ રાજનીતિક અલગાવ એક સુરક્ષિત તથા સાર્થક નિતિનુ ઘાતક છે. પરંતુ મુસલમાન એ વિચાર કરે કે મુસ્લીમ લીગને મુસલમાનનુ એક- માત્ર સંગઠન બનાવી શ્રી જીન્હાએ શું મેળવ્યુ. મુસ્લિમલીગ લઘુમતી મુસલમાનોને સહાયતા આપવાનો આરંભ કર્યો અને બહુમતી મુસલમાનો ને આલિંગન કરતા તેમને સમાપ્ત કર્યાં. મુસ્લિમલીગના મૌલીક લક્ષ્યથી કેવા પ્રકારની હેર ફેર થઇ. કેવી રીતે મુસ્લિમ લીગનુ પતન એક ઉંચાઇથી એક હાસ્યાપદ સ્થિતિ સુધી થયુ. હિન્દુ રાજયના વિરુધ્ધ વિભાજનનો વિકલ્પ નકામી અપેક્ષાએ વધારે ખરાબ છે.

(૨) પાકીસ્તાનના યોજનાનુ પ્રસ્તાવ રદ્દ કર્યાં પછી બાબા સાહેબે ઇ.સ 1947 માં દેશને એકત્રિત રાખવાનો પ્રયાસ કર્યો. જયારે ઓલ ઇન્ડીયા મુસ્લીમ લીગ સંવિધાન સંભામા જે 1946 માં બની ચુકી હતી. તેની પ્રથમ સભામા ભાગ લેતા તેમણે સંવિધાનમાં નિર્માણમાં યોગદાન કરવાનુ કહ્યુ જેનાથી દેશનું વિભાજન ટળી જાય. સભાને સંબોધિત કરતા બાબા સાહેબે કહ્યુ કે: ''રાષ્ટ્રના ભવિષ્યનો ફેસલો કરતી વખતે જનતાના ગૈારવ નેતાઓની પ્રતિષ્ઠા અથવા રાજનીતિક દળોના મહત્વ પર વિચાર ન કરવો જોઇએ. દેશની પ્રતિષ્ઠાનો જ પુરેપુરો ખ્યાલ કરવો જોઇએ ''પછી બાબા આગળ કહે છે '' મને એ કહેવામા કોઇ વાંધો નથી કે મુસ્લીમ લીગે હિન્દુસ્તાનનું વિભાજન કરાવવા માટે ચલાવેલા આંદોલન છતાં પણ ેક દિવસ એવો ાવશે જયારે તે પણ મહેસુસ કરશે કે અખંડ ભારત જ બધા માટે હિતકર છે.

(૩) ભારતના ભાગલા ન થાય તે માટે બાબા સાહેબે એક વધારે પ્રયત્ન

કર્યો. તેમણે બ્રિટિશ સરકાર, હિન્દુઓ અને મુસલમાનો સામે એક પ્રસ્તાવ રજુ કર્યો ત્રણેય પક્ષોની સરળતા માટે તેમણે આ યોજનાનો એક બિલના પ્રસ્તાવના રૂપમાં રજુ કર્યો. તેનું નામ હિન્દુસ્તાન સરકાર (પ્રારંભિક જોગવાઈનો) કાયદો રાખ્યો બિલના પ્રસ્તાવમાં તેમણે નીચે લખેલી વાતોનું સુચન કર્યું હતું.

(૧) જો સરકાર દ્વારા નિશ્ચિત તારીખ અથવા છ મહિનાની અંદર ઉત્તર પશ્ચીમ સીમા પ્રાંત, સિંધ અને બંગાળના બહુ સંખ્યક મુસલમાન પ્રસ્તાવ પાસ કરે કે મુસ્લિમ પ્રબળતા વાળા પ્રાંત હિન્દુસ્તાનથી. અલગ કરી દેવામાં આવે અંગ્રેજી સરકારી. મુસલમાનો અને બિન મુસ્લિમમાં અલગ-અલગ જનમત કરાવવો.

(૨) જો મુસલમાનની મોટાભાગની જનસંખ્યા અલગ થવા અને બિન મુસ્લિમની વસ્તી. હિન્દુસ્તાનથી અલગ થવાના વિરોધમાં હોય તો એક સીમા આયોગ બનાવવામાં આવે જે મુસ્લિમ બહુમતી વાળા ક્ષેત્રોની તપાસ કરી. એવા વિસ્તારોને જિલ્લાઓમાં વહેંચી દેવામાં આવે. આ જિલ્લા Scheduled District મતલબ અનુસૂચિત જિલ્લાના નામથી ઓળખાય. પશ્ચિમના આ અનુસૂચિત જિલ્લાને પશ્ચિમી પાકીસ્તાન અને ઉત્તરમાં રહેલા જિલ્લાને પૂર્વી પાકિસ્તાનનું નામ આપવામાં આવે.

(૩) અનુસૂચિત જિલ્લાઓમાં એક બીજો જનમત એ જાણકારી માટે કરાવવામાં આવે કે તે તરતજ અલગ થવાના પક્ષમાં છે કે નહીં. જો જનમત તરત જ અલગ થવાના સમર્થનમાં ન હોય અને હિન્દુસ્તાન અને પાકિસ્તાનના એકજ સંવિધાન હોય અને જો જનમત તરતજ અલગ થવાના પક્ષમાં હોય તો હિન્દુસ્તાન અને પાકિસ્તાન માટે અલગ-અલગ બે સંવિધાન હશે.

(૪) હિન્દુસ્તાન અને પાકિસ્તાન બંનેના સુખદ સંબંધો જાળવી રાખવાના ઉદ્દેશથી એક પરિષદ હશે. જેને હિન્દુસ્તાન અને પાકિસ્તાનની લોકસભાઓ ચુંટશે.

(૫) આ યોજનાના લાગુ થયાના દસ વર્ષ સુધી તેમાં કોઈ પણ પ્રકારના પરિવર્તનને સ્વીકારવામાં નહીં આવે.

બાબાસાહેબની યોજના (Plan) હતી કે હિન્દુસ્તાન અને પાકીસ્તાનને ઓછામાં ઓછા દસ વર્ષ સુધી એક સંયુક્ત સંઘ બને. પરંતુ છતા પણ જો દસ વર્ષ પછી પણ પાકિસ્તાન એક અલગ રાષ્ટ્ર થવાનો પોતાનો ઈરાદો નહીં બદલે ત્યારે તેને સંપૂર્ણ રીતે અલગ કરી દેવામાં આવે. કેટલાય વર્ષો પછી બાબા સાહેબની હિંદુસ્તાન પાકિસ્તાનના સંયુક્ત સંઘની યોજનાને પાકિસ્તાન બનાવ્યા પછી. ડૉ. રામ મનોહર લોહિયા અને જયપ્રકાશ નારાયણ એક વાર ફરીથી દોહરાવવાનો પ્રયાસ કર્યો હતો. પરંતુ ત્યાં સુધી વધારે મોડુ થઈ ચુક્યુ હતું.

(૪) જ્યારે દેશના મોટા-મોટા નામી. નેતાઓએ સાંપ્રદાયિકતાની આગળ હાર માની લીધી ત્યારે ફરી એકવાર બાબા સાહેબ આંબેડકરે એ પ્રયાસ કર્યો કે વધારે માં વાધારે વિસ્તાર ભારતમાં રહે. તેના માટે તેમણે સીમા આયોગની સામે તથ્યો રજુ કર્યા અને સિખોને પ્રેરિત કર્યા કે તે પણ ભારતમાં વધારે વિસ્તાર મેળવવા માટે અંગ્રેજી સરકાર પર દબાણ નાખે.

(૫) બાબા સાહેબે દેશની એકતા જાળવી રાખવા માટે સતત પ્રયાસ જાળવી રાખ્યા અને પાકિસ્તાન બનતા જ જ્યારે લોકો (વસ્તી)ની બદલીનો પ્રશ્ન આવ્યો ત્યારે બાબા સાહેબ ભીમરાવે પહેલાજ એક સલાહ આપી કે લોકો (વસ્તી)ના બદલવા મતલબ પાકિસ્તાનથી હિંદુઓના ભારતથી મુસલમાનોનું શાંતિપૂર્વક ઢંગથી સરકાર દ્વારા કરવામાં આવે. પરંતુ કેટલાક નેતાઓ રાજી ન થયા. જેના પરિણામે લાખો લોકોને સાંપ્રદાયિક દંગોના કારણે ઘરોમાંથી ઉજડવુ પડ્યુ, હજારો ઘરોને સળગાવીને રાખ કરી દીધા. લાખો લોકો બરબાદ થઈ ગયા. અનેકોને મોતને ઘાટ ઉતારવામાં આવ્યા. હજારો યુવતીઓ સાથે ખરાબ વર્તાવ થયો અને આ સાંપ્રદાયિક દંગાઓમાં એવા-એવા જુલ્મ થયા કે માણસાઈ પણ શરમાઈ જાય અને દેશના બધા નેતાઓ દેશમાં થઈ રહેલા દાનવીય દંગાઓનો નાચ ઘણી લાચારીથી મુંગા થઈને જોઈ રહ્યા હતા. પરંતુ આંબેડકરે જનસંખ્યાની આ અદલા-બદલીના મામલામાં પણ મજબુત કદમ ઉઠાવ્યા. આ સંબંધે તેમણે વડાપ્રધાનને એક પણ લખીને તથા આ આખા મામલાને પ્રેસ તથા જનતામાં ઉભાર્યો અને સેનાને પાકિસ્તાનથી સુરક્ષિત તથા શાંતિપૂર્વક રીતે લોકોને લાવવા માટે મોકલવામાં આવ્યા. આ કામને મહાર રેજીમેન્ટે ઘણી જ વખાણવા લાયક રીતે પુરૂ કર્યુ.

બાબા સાહેબે જે યોગદાન (Contribution) દેશની અખંડિતતા માટે કર્યુ હોય કે એકતા માટે તેમના દરેક પ્રયાસથી દેશભક્તિનો ભાવ ઉજાગર થયો છે જ. સાથે જ લાખો એવા લોકોની મદદ પણ કરી જ્યારે તેને કોઈ સુરક્ષા આપવાવાળુ ન હતુ તેમના આ પ્રયાસો ઐતિહાસિક કાર્યના રૂપમાં યાદ કરવામાં આવશે.

ભારતમાં રજવાડાઓનો વિલય

બાબા સાહેબ આંબેડકરે રજવાડાઓને ભારતમાં ભેળવવાની માંગણી વારે વારે કરી.

1931 : ઈ.સ. 1931માં લંડનમાં થયેલી ગોળમેજી પરિષદની સંઘીય સ્ટ્રકચર કમિટિની સપ્ટેમ્બર 16, 1931ની થયેલી બેઠકમાં બાબા સાહેબે રજવાડાના કિચુડ-કિચુડ પ્રશાનની નિંદા કરતા માંગણી કરી કે રજવાડા જનતાની

ચુંટણી દ્વારા પોતાના ઉમેદવારને ચુંટવાના (ચુંટણી)નો હક આપવામાં આવે. બાબા સાહેબે કહ્યુ કે રજવાડી રાજા લોકો પ્રશાસનને સામ્રાજ્ય તરીકે ચલાવે છે. જેનાથી તે પોતાને બીજાથી સર્વશ્રેષ્ઠ માનીને પોતાના રજવાડાનું પ્રશાસન ચલાવે છે જે બરોબર નથી.

આ બધુ થતા બાબા સાહેબ ભીમરાવનો બેઠકમાં મહારાજા બીકાનેર સાથે સીધી ટક્કર થઈ. પરંતુ વિચલિત થયા વગર રજવાડી જનતાની તરફ તેમના રાજાઓ અને મહારાજાઓના અન્યાયને ખુલ્લો કરી દીધો.

1939 : બાબા સાહેબ ભીમરાવે ઈ.સ. 1939 ની જાન્યુઆરી 29 પુનાના ગોખલે હોલમાં આપેલા પોતાના ભાષણમાં કહ્યું : 627 રજવાડામાંથી માત્ર દસ રજવાડા એવા છે. જેની વાર્ષિક આવક 1 કરોડ રૂપિયાથી વધારે છે. આ દસ રજવાડાની આવક બે સવાબે કરોડ રૂપિયા છે. એક રજવાડાની આવક સવાત્રણ કરોડ રૂપિયા માનવામાં આવે છે અને એક રજવાડાની આવક લગભગ 8 કરોડ રૂપયા છે. નવ રજવાડા એવા છે જેની આવક એક કરોડથી પચાસ લાખ રૂપિયાની વચ્ચે છે. વીસ રજવાડા એવા છે જેની આવક 50 થી 25 લાખની વચ્ચે છે. ત્રીસ રજવાડાની આવક 25 લાખથી દસ લાખની વચ્ચે છે. બાકી 565 રજવાડાની આવક દસ લાખ રૂપિયાથી પણ ઓછી છે. તેનીથી એ અનુમાન ન લગાવી શકાય કે 10 લાખ રૂપિયાથી ઓછી આવકવાળા રજવાડા કેટલા નાના છે. એટલે કેટલાક ઉદાહરણ આપવામાં આવે છે. આ 565 રજવાડામાં એક રજવાડુ એવુ છે જેની આવક 500 રૂપિયા અને વસ્તી 206 વ્યક્તિ છે અને એક રજવાડાની આવક 165 અને વસ્તી 125 છે, એક રજવાડાની આવક 136 રૂપિયા અને વસ્તી 239 છે. એક રજવાડાની આવક 128 રૂપિયા અને વસ્તી 197 છે. એક રજવાડાની આવક 80 રૂપિયા છે અને વસ્તી 27 છે. આ બધા રજવાડા સ્વાયત્ત છે. (Autonomous state) આ રજવાડાના પ્રશાસન પર અવ્યવસ્થા અને કુશાસનની કહેવાત ખરી ઉતરે છે, આ રજવાડાના રાજાઓને પેન્શન (પ્રિવી-પર્સ) આપીને તેમના રજવાડાને પ્રાન્તોમાં ભેળવી દેવા જોઈએ. રજવાડાના રાજાઓને પ્રિવી-પર્સ આપવો કોઈ ક્રાન્તિકારી સુચન નથી. રાજાઓને પેન્શન આપવુ અને તેમના રજવાડાને પ્રાંતોમાં ભેળવવા એક વિધિવત રીત છે. જે લોકો આ વ્યવસ્થાના વિરોધી છે. તે રાજાના શાસન કરવાના અધિકારને તેમના વંશાનુગત અધિકાર બતાવશે. પરંતુ રાજાનો પ્રશાસન કરવાનો હક મોટેભાગે મહત્વપૂર્ણ છે. અથવા જનતાની ભલાઈ જરૂરી છે.

1947 : ઈ.સ. 1947 માં હૈદરાબાદ રજવાડાના શાસક નિજામની ટીકા કરતા બાબા સાહેબ બોલ્યા : 'એ નિઝામના પોતાના હિતમાં છે કે તે પોતાના

રજવાડાનું ભારતમાં વિલય કરી નાખે.' નિઝામની તરફથી ટાળમટોળ કરવાથી બાબા સાહેબ ભીમરાવને અનુસૂચિત જાતિઓનું સુચન કરતા કહ્યું, ''કોઈપણ અનુસૂચિત જાતિય વ્યક્તિ હૈદરાબાદ નિઝામ જેવા ભારતના શત્રુને સાથ આપીને સંપ્રદાયને કલંકિત ન કરે.'' બાબા સાહેબ ભીમરાવ આંબેડકરે પોતાના આજ વલણને બાકી રજવાડાના શાસકો સાથે જાળવી રાખ્યો અને રજવાડાને હિન્દુસ્તાનમાં વિલય માટે તેમણે નીચે લખેલા સુચનો આપ્યા કે રજવાડી રાજાઓને પેન્શન આપીને તેમના રજવાડાને ભારતમાં પ્રવેશનો દરજ્જો આપીને ભેળવી દેવામાં આવે. પોતાના આ સુચનના સમર્થનમાં તેમણે કહ્યું કે, રજવાડાનો પુનઃગઠનનો પ્રશ્ન કોઈ રાજનીતિક પ્રશ્ન નથી. કારણકે તેને ન ઉકેલવો રજવાડામાં વસનારા તે લાખા લોકોને સજા સજા કરવાનો છે, જે સ્થાયી દુર્ગતિ અને અસુરક્ષામાં રહ્યા છે જે ઉપાય મેં સુચવ્યો તે કોઈ ક્રાંતિકારી વિધિ નથી. રાજકુંવરને પેન્શન આપીને તે ક્ષેત્રને પોતાના એટલે કે ભારતમાં ભેળવી દેવાનો કાનુની રસ્તો છે.

બાબા સાહેબની સલાહથી દેશભરના રાજાઓ પ્રિવી-પર્સ આપીને તેમના રજવાડાનો ભારતમાં વિલય સંભવ થઈ શક્યો, લાખોની સંખ્યામાં રજવાડી જનતાને રાજાઓ મહારાજાઓની દાસતાથી આઝાદ કરવામાં અને સૈંકડો રજવાડાને ભારતમાં વિલયનું જે કામ બાબા સાહેબે કર્યુ છે તેનાથી સ્પષ્ટ થી જાય છે કે બાબા સાહેબે ન માત્ર દેશની એકતા માટે વિચારે છે, પરંતુ તેના માટે વ્યવહારૂ ઉપાય પણ સુચવે છે. કથની અને કરણીબંને રીતે ભારત દેશમાં તેમના જેવા દેશની એકતા અને અખંડિતતાને ચાહનારા તેના માટે સંપૂર્ણ સમર્પણની ભાવનાથી કાર્ય કરવા વાળા બાબા સાહેબ જેવા જ વ્યક્તિ થઈ શકતા હતા.

દેશ પ્રત્યે સેવાઓ (૨)

''સંવિધાનનો મુખ્ય ઉદ્દેશ સતાધારી વર્ગને તેમની ગાદી પરથી હટાવવા અને તેને સદા માટે સત્તાધારી વર્ગ બની રહેવા માટે રોકવાનો છે.''

ભારત જેવા વિશાળ અને વિવિધતા ભર્યા દેશમાં જેમાં વિભિન્ન સંપ્રદાય અને જુદી-જુદી રીત વાળા હજારો જાતિઓ અને ઉપજાતિઓ અને જુદી-જુદી વિચારધારાવાળી કેટલીય રાજનીતિક પાર્ટીઓ તથા રાજકારણીઓ છે. આ બધાને ધ્યાનમાં રાખીને સંવિધાનનું નિર્માણ કોઈ સરળ કામ નહતું. સંવિધાન બનાવવા માટે અનેક પ્રયાસો કરવામાં આવ્યા હતા. ઈ.સ.1927માં પહેલુ સંવિધાન બનાવવામાં આવ્યું. જેનું નામ હતુ નહેરૂ સંવિધાન પરંતુ તેના સ્વીકાર થયો નહીં ત્યાર પછી ભારતીયોને ઈ.સ.1930ના લંડન ગોળમેજી

પરિષદમાં અવસર મળ્યો પરંતુ એકબીજા સાથે ટક્કરને કારણે એ સંભવ ન થઈ શક્યું. પછી સ્પષ્ટ કમિટિએ સંવિધાન બનાવવાનો ત્રિજો પ્રયાસ કર્યો પરંતુ તે પ્રયાસ પણ નિષ્ફળ રહ્યો. ભારતમાં સંવિધાન બનાવવાનું કામ એક વાંકુ કામ હતું. પછી ભારતનું સંવિધાન બનાવવાનું સખત પડકાર ભર્યુ કામ બાબા સાહેબે સ્વીકાર્યુ. બાબા સાહેબે ન માત્ર સંવિધાનનું નિર્માણ કર્યુ. પરંતુ તેમણે 114 દિવસોમાં સંવિધાનને પસાર કરાવી લાગુ પણ કરાવી દીધું.

મુખ્ય નિર્માતાઃ- બાબા સાહેબ બંગાળ વિધાન પરિષદથી 10 જુલાઈ, 1946 ને સંવિધાન સભાના સભ્ય ચુંટવામાં આવ્યા. તેમણે ભારતમાં સંવિધાનનું નિર્માણ કરવા માટે 29 ઓગષ્ટ ઈ.સ. 1947 એ પ્રારૂપ સમિતિના અધ્યક્ષ ચુંટવામાં આવ્યા આ સમિતિમાં સાત સભ્યો હતો. બાબા સાહેબ સિવાયનો અન્ય સભ્ય હતા કૃષ્ણ સ્વામી, એન.ગોપાલ સ્વામી આયંગર, કે.એમ. મુન્શી, બી.એલ. મિશ્ર, ડી.પી. ખેતાન, સૈયદ મુહમ્મદ સાહુલ્લા, બાબા સાહેબની મુશ્કેલીઓ સંવિધાનના નિર્માણ પહેલાજ શરૂ થઈ ગઈ. એક સભ્ય બી.એલ. મિશ્રએ ૧૩ ઓક્ટોબર 1947 રાજીનામુ આપી દીધુ. તેમની જગ્યાએ એન.માધવરાવને લેવામાં આવ્યા ત્યાર પછી ડી.પી. ખેતાનનું મૃત્યુ થયું. તેમના સ્થાન પર ટી.ટી. કૃષ્ણા ચાચારીએ માન્યુ કે ચુંટાયેલા સભ્યોમાં એકે રાજીનામુ આપી દીધુ તેની જગ્યાએ એકે રાજીનામુ આપી દીધુ તેની જગ્યાએ એક અન્ય સભ્યને રાખવામાં આવ્યા. એક સભ્યનું મૃત્યુ થયું. તેનું પદ ખાલી છે. એક સભ્ય વિદેશ ગયા છે અને તેનું સ્થાન પણ ખાલી છે. એક અન્ય સભ્ય રાજ્યના કામમાં વ્યસ્ત હતો. બાકી સભ્યો દિલ્હીથી દુર જ રહ્યા અન્ય સભ્ય કદાચ સ્વાસ્થ્ય ના કારણે સામેલ ન થઈ શક્યા. પરંતુ સંજોગો એવા બની ગયા કે આ સંવિધાન બનાવવાની બધી જવાબદારી બાબા સાહેબ આંબેડકરના ખભા પર આવી પડી અને તેમણે આ કામ એટલી સારી રીતે કર્યુ કે આજે પણ આખો દેશ તેમનો આભાર પ્રગટ કરે છે.

બાબા સાહેબે ભારતીય સંવિધાનનું નિર્માણ પોતાના વિચારો પ્રમાણે તો ન કરી શક્યા છતાં પણ તેમણે સંવિધાનમાં સામાજીક તથા આર્થિક સમાનતા સ્થાપિત કરવાનો કાયદાકીય દસ્તાવેજ તૈયાર કરી તેને લાગુ કરાવ્યો.

સંવિધાનની ખાસ વિશેષતાઓ

બાબા સાહેબ આંબેડકરે ભારતના સંવિધાન દ્વારા એક નવા યુગનો આરંભ કર્યો. ભારતના સંવિધાનનો પહેલો અધ્યાય જ મૂળ અધિકારનું કહેવાનું છે.

''આ સંવિધાનનો પ્રારંભ થયા ઠીક પહેલા ભારતના રાજ્ય ક્ષેત્રમાં રહેલા

કાયદા (કાનુન) તે માત્રામાં શુન્ય હશે જ્યાં સુધી કે તે આ ભાગની જોગવાઈઓ સાથે અસંગત છે." સંવિધાનની ધારા 13(1) કાયદાને સમાન પ્રભાવશાળી કોઈ અધ્યાદેશ, આદેશ ઉપવિધિ નિયમ, વિનિમય, અધિસુનચા, રૂઢિ અથવા પ્રથાવિધિને અંતર્ગત હશે.

બાબા સાહેબ દ્વારા શરૂ કરવામાં આવેલી ક્રાંતિનો આધાર છે. ઉપરોક્ત આધાર છે. ઉપરોક્ત જોવાઈ.

ભેદભાવ સમાપ્તઃ ''ભારત રાજ્યક્ષેત્રમાં કોઈ વ્યક્તિને કાયદાની સમક્ષ સમતાથી અથવા કાયદાઓ સમાન સંરક્ષણમાં રાજ્ય દ્વારા વંચિત નહીં કરવામાં આવે.

ફકરા ૧૫ માં પણ કઠોર જોગવાઈ નિચે લખેલા શબ્દોમાં કરવામાં આવી.

(૧) રાજ્યના કોઈ નાગરિક વિરુધ્ધ માત્ર ધર્મ, મૂળવંશ જાતિ, લિંગ, જન્મસ્થાન એમાંના કોઈ આધાર પર કોઈ ભેદ કરવામાં નહીં આવે.

(૨) માત્ર ધર્મ, મૂળવંશ, જાતિ, લિંગ, ધર્મસ્થાન અથવા તેમાંથી કોઈ એક આધાર પર નાગરિક દુકાનો, સાર્વજનિક ભોજનાલયો, હોટલો તથા સાર્વજનિક મનોરંજનોના સ્થાન પર પ્રવેશ અથવા (ખ) પૂર્ણ કે આંશિક રૂપમાં રાજ્ય નિધિથી પોષિત અથવા સાધારણ જનતાના ઉપયોગ માટે સમર્પિત કુવાઓ, તળાવો, સ્નાનઘરો, રસ્તાઓ તથા સાર્વજનિક સમાગમના સ્થાનોના ઉપયોગ વિશે કોી પણ બિનયોગ્યતા, જવાબદારી, બંધન વગર અથવા શર્તને આધીન નહી હોય.

પ્રસ્તાવના : સંવિધાનની પ્રસ્તાવના દેશના પ્રસ્તાવિત ઢાંચાને આ રીતે નિશ્ચિત કરે છે.

ભારતના લોકો, ભારતને એક સંપૂર્ણ પ્રભુત્વ સંપન્ન લોકતંત્રાત્મક ગણ રાજ્ય બનાવવા માટે તથા તેના સમસ્ત નાગરીકોની સામાજીક અને રાજનીતિક ન્યાય, વિચાર, અભિવ્યક્તિ, વિશ્વાસ, ધર્મ અને ઉપાસનાની સ્વતંત્રતા પ્રતિષ્ઠા અને અવસરની સમતા પ્રાપ્ત કરવા માટે એ બધામાં વ્યક્તિની ગરિમા અને રાષ્ટ્રની એકતા નક્કી કરવાવાળી બંધુતા વધારવા માટે દ્રઢ સંકલ્પ થઈને પોતાની આ સંવિધાન સભામાં આજે તારીખ ૨૬ નવેમ્બર, ૧૯૪૯ ઈ. માગશર શુકલ સાતમ (સવંત બે હજાર વિક્રમ)ની આધાર આ સંવિધાનને અણનિકૃત, અધિનિયમિત અને આત્માર્પિત કરીએ છીએ.

સમાન અધિકાર : સંવિધાનમાં બધા ભારતીય નાગરીકોને બધા પ્રકારના મૌલિક અધિકાર આપવામાં આવ્યા.

સામાજીક લોકતંત્ર : ભારતના સંવિધાનની આ સૌથી મોટી વિશેષતા છે કે તેમાં સામાજીક લોકતંત્ર જેનો ઉદ્દેશ રાજનીતિક સમાનતાની સાથે સાથે આર્થિક લોકતંત્રની સ્થાપના કરવાનો પણ છે. આ લક્ષ્ય પણ નિર્ધારીત કરવામાં આવ્યો છે. આ ઉદ્દેશની પૂર્તિ માટે ડૉ.આંબેડકરે સંવિધાનમાં ''રાજ્યની નીતિના નિર્દેષક સિધ્ધાંત'' સામેલ કરવામાં આવ્યા છે જે આ પ્રકાર છે.

રાજ્યની નીતિના નિર્દેશક સિદ્ધાંત

ફકરો ૩૬ : જો પ્રસંગથી બીજો અર્થ અપેક્ષિત ન હોય તો આ ભાગમાં 'રાજ્ય'નો એ જ અર્થ છે. જે આ સંવિધાનના ભાગ-૩માં છે.

ફકરો ૩૭ : આ ભાગમાં આપવામાં આવેલી જોગવાઈ કોઈ ન્યાયાલય દ્વારા પ્રવર્તનીય નહીં હોય પરંતુ તો પણ તેમાં આપવામાં આવેલા તત્વો દેશના શાસનના મૂળભુત આધાર છે અને કાયદાઓ બનાવવા આ તત્વોનો પ્રયોગ કરવો રાજ્યનું કર્તવ્ય છે.

ફકરો ૩૮ : રાજ્ય એવી સામાજીક વ્યવસ્થા કરે, જેમાં સામાજીક, આર્થિક અને રાજનીતિક ન્યાય રાષ્ટ્રિય જીવનની બધી સંસ્થાઓને અનુપ્રાણિત કરે. ભરસક કાર્યસાધકના રૂપમાં સ્થાપન અને સંરક્ષણ કરીને લોક કલ્યાણની ઉન્નતિનો પ્રયાસ કરે.

ફકરો ૩૯ : રાજ્ય પોતાની નીતિનું ખાસ કરીને એવું સંચાલન કરશે નિશ્ચિત રૂપે.

(૧) સમાન રૂપે સ્ત્રી અને પુરૂષ બધા નાગરિકોને આજીવીકાના પર્યાપ્ત સાધન પ્રાપ્ત કરવાનો અધિકાર હોય.

(૨) સમુદાયની ભૌતિક સંપતિનું સ્વામીત્વ અને નિયંત્રણ એવી રીતે વહેંચાયેલુ હોય કે જેનાથી સામુહિક સહિત બધાનો સર્વોતમ રૂપે સાધન હોય.

(૩) આર્થિક વ્યવસ્થા` પ્રકારે ચાલે જેનાથી ધન અને ઉત્પાદન - સાધનોનો સર્વસાધારણ માટે અહિતાકીર કેન્દ્રણ ન હોય.

(૪) પુરૂષો અને સ્ત્રીઓને સમાન કાર્ય માટે સમાન વેતન હોય.

(૫) શ્રમિક પુરૂષો અને સ્ત્રીઓનું સ્વાસ્થ્ય અને શક્તિ તથા આર્થિક જરૂરિયાતથી મજબુર થઈને નાગરિકોને એવા રોજગારમાં ન જવુ પડે જે તેના આયુષ્ય કે શક્તિને અનુકુળ ન હોય.

(૬) બાળ અને કિશોર અવસ્થાનું શોષણથી તથા નૈતિક અને આર્થિક પરિત્યાગથી રક્ષણ થાય.

ફકરો ૪૦ : રાજ્ય ગ્રામ પંચાયતો સંગઠિત કરવા માટે અગ્રેસર હશે. તથા તેને પણ એવી શક્તિઓ અને અધિકાર પ્રદાન કરશે જે તેમને સ્વાયત શાસનોની સંસ્થાના રૂપમાં કાર્ય કરવા યોગ્ય બનાવવા માટે જરૂરી હોય.

ફકરો ૪૧ : રાજ્ય પોતાના આર્થિક સામર્થ્ય અને વિકાસની સીમાઓની અંદર કામ મેળવવા માટે શિક્ષણ મેળવવા માટે તથા બેકારી, ઘડપણ, બીમારી અને અંગ નુક્સાન તથા અન્ય કોઈ અભાવની દિશામાં સાર્વજનિક સહાયતા મેળવવાનો, અધિકાર મેળવવાની કાર્યસાધક અસરકારક જોગવાઈ કરશે.

ફકરો ૪૨ : રાજ્ય કામની ન્યાય અને માનવ ચિત્ર દિશાઓને નિશ્ચિત કરવા માટે તથા પ્રકૃતિ-સહાયતાની જોગવાઈ કરશે.

ફકરો ૪૩ : ઉપરનું વિધાન કે આર્થિક સંગઠિત દ્વારા અથવા બીજા કોઈ બીજા પ્રકારના રાજ્ય કૃષિના ઉદ્યોગોના કે અન્ય પ્રકારના બધા શ્રમિકોનું કામ નિર્વાહ-મજુરી, શિષ્ટ જીવન સ્તર તથા ખાલી જગ્યાનો સંપૂર્ણ વપરાશ, સુનિશ્ચિત કરવાવાળી કામની દિશાઓ તથા સામાજિક અને સાંસ્કૃતિક અવસર પ્રાપ્ત કરવાનો પ્રયાસ કરશે તથા ખાસ કરીને ગામડાઓમાં કુટિર ઉદ્યોગો વ્યક્તિગત તથા સહકારી આધારે વધારવાનો પ્રયાસ કરશે.

ફકરો ૪૪ : ભારતના સમસ્ત રાજ્યક્ષેત્રમાં નાગરિકો માટે રાજ્ય એક સરખો વ્યવહાર સંહિતા પ્રાપ્ત કરાવવાનો પ્રયાસ કરશે.

ફકરો ૪૫ : રાજ્ય આ સંવિધાનના પ્રારંભથી દસ વર્ષના સમયગાળાની અંદર બધા બાળકોને ચૌદ વર્ષની ઉંમર સુધી મફત અને અનિવાર્ય શિક્ષણ માટે જોગવાઈનો પ્રયાસ કરશે.

ફકરો ૪૬ : રાજ્ય જનતાના નબળા વિભાગોના ખાસ કરીને અનુસૂચિત જાતિઓ તથા અનુસૂચિત જનજાતિને શિક્ષણ તથા નાણા અંગેના હિતોની ખાસ સાવધાનીથી ઉન્નતિ કરશે તથા સામાજીક અન્યાય તથા બધા પ્રકારના શોષણથી તેમનું રક્ષણ કરશે.

ફકરો ૪૭ : રાજ્ય પોતાના લોકોમાં આહાર પુષ્ટિ તલ અને જીવનસ્તરને ઉંચુ કરવા તથા સાર્વજનિક સ્વાસ્થ્યમાં સુધારને પોતાના કર્તવ્યમાં માનશી તથા ખાસ કરીને, નશાયુક્ત પણા, સ્વાસ્થ્ય માટે નુક્સાનકારક દવાઓના કે ઔષધિઓના પ્રયોજનથી અલગ વધારે વપરાશને રોકવાનો પ્રયાસ કરશે.

ફકરો ૪૮ : રાજ્ય કૃષિ અને પશુપાલનને આધુનિક અને વૈજ્ઞાનિક

પ્રણાલીઓથી સંગઠિત કરવાનો પ્રયાસ કરશે તથા ખાસ કરીને ગાયો અને વાછરડા તથા અન્ય દુધાળા અને વાહક ઢોરોની જાતને પરિક્ષણ અને સુધાર માટે તથા તેમના વધ ને રોકવા માટે અગ્રેસર થશે.

ફકરો ૫૦ : રાજ્યની લોક સેવાઓની ન્યાય પાલિકાને કાર્ય પાલિકાથી અલગ કરવા માટે રાજ્ય અગ્રેસર હશે.

સંવિધાનના નિર્દેષક સિંધ્ધાતોની વ્યાખ્યા કરતા અને સંવિધાન સભાના સભ્યોની શંકાઓનું નિવારણ કરતા ડૉ.આંબેડકરે પોતાના બે ભાષણોમાં નીચે પ્રકારે બતાવ્યા હતા.

માત્ર નિર્દેશન : મોટાભાગે એમ કહીને ટીકા કરવામાં આવે છે કે નીતિના સિધ્ધાંત તો માત્ર બતાવવા માટે છે તેની કોઈ કાનૂની વૈદ્યતા નથી. કેમ કે સરકારને લાગૂ ન કરવા બદલ કોર્ટમાં પડકારી શકાતી નથી આ ટીકાનો જવાબ બાબા સાહેબે આ પ્રમાણે આપ્યો.

લેખિત ભલામણો : બંધારણના પ્રરૂપમાં મૌલિક અધિકારો નિર્દેશક સિધ્ધાંત આવે છે. સંસદીય જનતંત્ર માટે બનાવવામાં આવેલા બંધારણનું અનોખુ વાસુ છે. દુનિયામાં આ પ્રમાણેના સિધ્ધાંત માત્ર સ્વતંત્ર આયરલેંડના બંધારણમાં મળે છે. આ નિર્દેશક સિધ્ધાંતોની ટીકા કરવામાં આવી છે. કહેવામાં આવે છે કે આ સિધ્ધાંત પવિત્ર જાહેરાતો સિવાય કશું નથી એમાં બાંધ્યશક્તિ નથી. આ ટીકા વજૂદ વગરની છે. બંધારણમાં આ વાવ કહેવામાં આવી છે.

એમ કહેવામાં આવે છે કે નિર્દેશક સિધ્ધાંતોની પાછળ કોઈ વિધિક શક્તિ નથી. હું આ તર્ક સાથે પૂરી રીતે સંમત છું પરંતુ હું એ માનવા તૈયાર નથી કે તેમાં બાધ્યકારી શક્તિ બિલકુલ નથી અને ન તો હું એ તથ્ય સાથે સહમત છું કે તેમાં કાયદાકિય બાધ્યકારી શક્તિ નથી એથી તે બેકાર છે.

નિર્દેશક સિધ્ધાંત તે સૂચનાઓ સમાન છે. જે સન ૧૯૩૫ના કાયદાના હિસાબથી અંગ્રેજ સરકાર દ્વારા ગર્વનર જનરલ ઉપનિર્વેશો અને ભારત (હિન્દુસ્તાન)ના રાજ્યોને આપવામાં આવી હતી. સંવિધાનના પ્રારૂપમાં આ સૂચન મુકવામાં આવ્યું છે કે કોઈ આવી જ સૂચનાઓના વિષય એટલે કે મૂળ શબ્દ બંધારણની ચોથી અનુસૂચિમાં અંકિત કરવામાં આવશે. મારા વિચારથી આ પ્રશંસનીય છે જ્યાં ક્યાંય પણ અમના વ્યવસ્થા અને સારા વહીવટની શક્તિ આપવામાં આવી હોય ત્યાં એ જરૂરી છે કે એ શક્તિના ઉપયોગને નિયમિત કરવા માટે કેટલીક ચર્ચા ભાવિ બંધારણના ઢાંચામાં ઉપરના ઉપાયોને

ચર્ચા થવી અને એક બીજી રીતે પણ સાબિત થાય છે. બંધારણનો ઢાંચો માત્ર દેશની સરકાર માટે સાધન મેળવવાનો છે. એનું કામ કોઈ પક્ષ વિશેષને સત્તા અપાવવાનું નથી જેમ કે કેટલાક દેશોમાં થઈ ચૂક્યું છે. સત્તા કોના હાથમાં સોંપવામાં આવે તેનો નિર્ણય લોકો કરશે. જો આ પ્રણાલીને પ્રજાતંત્રની કસોટીમાંથી પાર ઉતરવું છે તો જે દળ પાસે સત્તા હશે તો પોતાની મનમાની નહી કરી શકે. અને શક્તિનો ઉપયોગ કરી તેને 'નિર્દેશક સિધ્ધાંત'ના નામ પર આપવામાં આવનારી સલાહ પ્રમાણે ચાલવું પડશે તે તેની અવગણના નહીં કરી શકે તેની વાયદા ખિલાફી કરવા પર તે ન્યાયાલયની પ્રતિ ઉત્તરદાયી નહીં હોય. આ નિર્દેશણ સિધ્ધાંતોનું કેટલું વધુ મુલ્ય છે એ ત્યારે ખબર પડશે જયારે યોગ્ય પ્રકારની શક્તિઓ સત્તા મેળવવા પ્રયાસ કરશે. આ નિર્દેશ જ સિધ્ધાંત માત્ર પવિત્ર જાહેરાત જ નથી. બંધારણ સભાનો ઈરાદો એ છે કે વિધાનમંડળ અને કાર્યકારિણી આ સિધ્ધાંતોને પ્રતિ જબાની જમા ખર્ચ જ ન કરે પરંતુ આ દેશના પ્રશાસન સંબંધી આ સિધ્ધાંત કાર્યકારિણી અને વિધાનમંડળોની બધી કૃતિઓનો આધાર હોય.'

જનતાનો અધિકાર : બાબા સાહેબ આંબેડકરે બંધારણ સભામાં જ કહ્યુ હતું : જો નવા બંધારણ મુજબ પરિસ્થિતિ બગડી જાય છે તો એનો અર્થ એ ન કાઢવો જોઈએ કે બંધારણ ખોટુ અથવા ખરાબ હતું પરંતુ એ કહેવું પડશે કે બંધારણનો ઉપયોગ કરવાવાળા વ્યક્તિના આચરણમાં ખોટ હતી અને જયારે આર્થિક અને સામાજિક લક્ષ્યોને મેળવવા માટે કોઈ બંધારણીય ઉપાય બાકી ન રહે ત્યારે આર્થિક અને સામાજિક લક્ષ્યોને મેળવવા માટે બિન બંધારણીય ઉપાયોનો ઉપયોગ કરવો કેટલીક હદ સુધી યોગ્ય છે. આ નિર્ણય કરવો લોકોનો હક છે કે તે ક્યારે અને કેવું આર્થિક લોકતંત્ર સ્થાપિત કરવા ઈચ્છે છે બાબાસાહેબે તેમને કેટલીક સલાહ અને કેટલીક ચેતવણી ઓ આપી છે:-

સલાહ : અમેરિકાના મહાન રાજકારણી જેર્ફસને ટીકાકારોને જવાબ આપતા કહ્યું હતું કે, દરેક પેઢી એક અલગ રાષ્ટ્ર સમાન છે જેને પોતાની આકાંક્ષા હોય છે. ગઈકાલના નિર્ણય આજે સફળ થઈ શકતા નથી અને ન તો આજના નિર્ણય આવતીકાલ પર લાગુ કરી શકાય છે. જો આ સિધ્ધાંત માની લેવામા આવે કે જે રસ્તો અમારા પૂર્વજોએ નક્કી કર્યો છે તે યોગ્ય એમ કહેવું કેટલું યોગ્ય રહેશે કે આ પૃથ્વી મૃતકોની છે જીવીતોની નથી.

એથી હંમેશા ધ્યાન રાખો કે આ જમીન જીવતા લોકોની છે મરેલા લોકોની નથી.

રાષ્ટ્રઃ- વિવિધ જાતિઓ- ઉપજાતિઓમાં વિભાજીત થયેલો જનસમૂહ રાષ્ટ્ર બની જતો નથી એમ માનવું પોતાને એક બહુ મોટા ભ્રમમાં રાખવા બરાબર છે. જો આપણી અંદર આ અહેસાસ થશે ત્યારે એક સંયુકત અને તાકતવાર રાષ્ટ્ર બની શકીશું.

ચેતવણીઓઃ- (૧) ''જોન સ્ટુર્અટ મિલ પ્રમાણે કોઇ માનવી કેટલો પણ મહાન કેમ ન હોય આપણી સ્વતંત્રતાને કયારેય તેના હવાલે કરવી ન જોઇએ કેમકે તે તેનો ખોટો ફાયદો પણ ઉઠાવી શકે છે. રાજનીતિમાં વ્યક્તિપૂજા અને અંધભક્તિ અંતે પતનની તરફ લઇ જાય છે અને આપખુદશાહીને પ્રોત્સાહન મળે છે આપણે આપણી સ્વત્રંતાને કોઇ મહાન વ્યક્તિના પગમાં મૂકી દેવી ન જોઇએ અને ન એ વ્યક્તિને એટલા અધિકાર આપવા જોઇએ કે તે વ્યક્તિ આપણી બધી સંસ્થાઓના અધિકારોને નશામાં ચૂર થઈ વેરવિખેર કરી દે.''

કોઇ મહાપુરુષ પ્રત્યે આભારી થવામાં કંઇ ખોટુ નથી જેને જીવનભર દેશની સેવા કરી હોય પરંતુ આભાર વ્યક્ત કરવાની પણ કોઇ હદ હોય છે. જેમ કે આયરલેન્ડના દેશભકત ડેનીયલ એ કોનલે કહ્યુ છેઃ- કોઇ માનવી પોતાનું સન્માન ગુમાવી કૃતજ્ઞ નથી થઇ શકતો કોઇ સ્ત્રી પોતાનું શીલ બચાવી કૃતજ્ઞન થઇ શકતી નથી અને કોઇ રાષ્ટ્ર પોતાની સ્વતત્રંતા ગુમાવી કૃતજ્ઞ બની શકતુ નથી.

(૩) લોકતંત્રનુ ભવિષ્યઃ- સન- ૧૯૪૯ની ૨૫મી નવેમ્બર બંધારણ સભામાં અંતિમ ચેતવણી આપતા બાબાસાહેબ આંબેડકર કહ્યું હતું કે ''૨૬મી જાન્યુઆરી-૧૯૪૦ ના દિવસે આપણે વિપરિતતાઓના જીવનમાં પ્રવેશ કરવા જઇ રહ્યા છીએ. રાજનીતિમાં આપણે સમાન હોઇશું અને સામાજીક તથા આર્થિક જીવનમાં અસમાનતાના સિધ્ધાંતોને માનતા હોઇશુ. આપણા સામાજીક અને આર્થિક ભવિષ્યના કારણે એક પુરુષ એક મૂલ્યના સિધ્ધાંતો માનવાનો ઇન્કાર ચાલુ રાખીશુ. આપણે આ વિપરીતતાઓની જીદંગી જીવવાની કયા સુધી ચાલુ રાખીશુ. આપણે આપણા સામાજીક અને આર્થિક જીવનમાં સમાનતાને માનવાનો ક્યાં સુધી ઇન્કાર કરતા રહીશું. જો આપણે લાબાં સમય સુધી ઇનકાર કરતા રહીશુ તો આમ કરી આપણે આપણા રાજકિય લોકતંત્રને જ ભયમા ધકેલી દઇશું. આપણે આ વિપરીતતાને બને તેટલી ઝડપથી દૂર કરવા પડશે નહીતર જે લોકો અસમાનતાથી પીડીત હશે તે આ રાજકીય

લોકતંત્રના માળખાને જ ઉડાવી દેશે જેને આ સભાએ આટલી મહેનતથી ઉભો કર્યો છે. ભારત માટે એક સર્વોત્તમ બંધારણનુ નિર્માણ કર્યુ દેશની એની અદ્વિતીય અને ઉત્કૃષ્ટ સેવા છે તેને બાબાસાહેબ આંબેડકરના ટીકાકાર અને વિરોધી પણ માને છે. જે જે મહાન વ્યક્તિઓએ પોતપોતાના રાષ્ટ્રનું બંધારણ બનાવ્યું છે તેમને તેમનો દેશ હમેશા આદર કૃતજ્ઞભાવથી યાદ કરતો રહે છે અને એટલા માટે ભારત દેશ તેમના સંવિધાન નિર્માણ માટે તેમને કોટીકોટી નમન કરે છે.

રાજ્ય સમાજવાદ

બાબાસાહેબ આંબેડકરને દેશમાં વ્યાપ્ત તમામ સમસ્યાઓને પૂરી રીતે ખ્યાલ હતો એટલા માટે તેમણે બંધારણ સભામાં કહ્યુ'' જો ગરીબી દૂર કરવી હોય તો દેશની અર્થવ્યવસ્થાને સમાજવાદી સિધ્ધાંતો પર ચલાવવી પડશે. આજ હેતુથી તેમણે સંવિધાન સભામાં રાજ્ય સમાજવાદી નામથી એક યોજના રજૂ કરી. આ યોજનાના મુખ્ય મુદ્દા આ પ્રમાણે છે.

સંવિધાનના કાનૂનમાં જ આ નિયમ સામેલ કરવામાં આવે

(૧) જે ઉદ્યોગ મૂળ ઉદ્યોગ છે અથવા જેમને મૂળ ઉદ્યોગ જાહેર કરી દેવાશે તે રાજ્યના પ્રભુત્વમાં રહેશે અને રાજ્ય દ્વારા જ ચલવવામાં આવશે.

(૨) જે ઉદ્યોગ મૂળ ઉદ્યોગ નથી પરંતુ જે બુનિયાદી ુદ્યોગ છે તેના પર રાજ્યનો અધિકાર રહેશે અને તે રાજ્ય અથવા રાજ્ય દ્વારા સ્થાપિત નિગમ દ્વારા ચલાવવામાં આવશે.

(૩) વીમો રાજ્યનો એકાધિકાર રહેશે અને રાજ્ય પ્રત્યેક વયસ્ક નાગરિકને તેના વેતન સમકક્ષ, જેને વિધાનસભા નક્કી કરશે. જીવન વીમા પોલીસી લેવા અંગે ફરજ પડશે. (૪) કૃષિ રાજ્ય - ઉદ્યોગ વીમો (૫) રાજ્યએ ઉદ્યોગો, વીમા અને કૃષિ ભૂમિને ખાનગી વ્યક્તિઓથી પછી તે તેમના માલિક અથવા આસામી હોય અને તેમની પાસે ગિરવી હોય તેમને જમીનમાં તેમના હકના આધારે નિયમ પત્રના સ્વરૂપમાં ક્ષતિપૂર્તિ અદા કરી અધિકારમાં કરી લેશે. એમાં ભૂમિ-પત્ર અથવા ક્રેડીટ કાર્ડની કિંમત નક્કી કરતી વખતે સંભવિત મુશ્કેલી અથવા કમાયા વગરનું મૂલ્ય અથવા અનિવાર્ય અધિગ્રહણની કોઈ

કિંમત સામેલ કરવામાં આવશે નહીં (૬) રાજ્ય એ વાતનો નિર્ણય કરશે કે નિયમપત્ર રાખવાવાળા કેવા અને કયા રોકડ ચૂકવણીના હકદાર હશે. (૭) નિયમપત્ર હસ્તાંતરણીય અને ઉત્તરાધિકારીય સંપતિ હશે. પરંતુ ન તો નિયમપત્ર રાખવાવાળા અને ન કોઈ જ નિયમપત્ર મેળવવાવાળા કોઈ વ્યક્તિ અથવા તેનો ઉત્તરાધિકારી ભૂમિની વાપસી અથવા રાજ્ય દ્વારા પોતાના અધિકારમાં લેવામાં આવેલી કોઈ ઔદ્યોગિક સંસ્થામાં કોઈ પ્રકારના વ્યાજ અથવા કોઈ પ્રકારની તપાસના હકદાર બનશે નહીં. (૮) નિયમપત્ર રાખવાવાળ પોતાના નિયમપત્ર પર વ્યાજના હકદાર હશે. વ્યાજના દર કાયદા દ્વારા નક્કી કરવામાં આવશે અને રાજ્ય તે જ રોકડ રકમ અથવા પદાર્થના રૂપમાં જેમ યોગ્ય લાગે તે આપશે.

કૃષિક્ષેત્રને નીચે મુજબના આધારો પર સંગઠીત કરવામાં આવે

(૧) રાજ્ય સમસ્ત કૃષિ યોગ્ય ભૂમિને એક નિશ્ચિત માપદંડની નીચે ફાર્મોમાં વહેંચી દેશે. ફરી ગામોના અલગ અલગ પરિવારોને મળી બનેલા સમૂહોને આ મુજબની શરતો પર આપવામાં આવશે. (૧) ફાર્મ પર સામૂહિક રીતે ખેતી થશે. (૨) ફાર્મ પર કામ રાજકીય નિયમો અને આદેશ અનુસાર ચાલશે. (૩) ફાર્મ પર આવેલા ખર્ચાની ચૂકવણી કર્યા બાદ જે રકમ બચાવે તે નિયમો મુજબ ખેડૂતોમાં વહેંચી દેવાશે. (૨) જમીન ગામવાસીઓને કોઈ જાતિ કે સાંપ્રદાયિક ભેદભાવ વગર એ રીતે આપવામાં આવશે કે ન કોઈ જમીન માલિક હશે ન કોઈ જમીન કોન્ટ્રાક્ટ પર લઈ ખેતી કરવાવાળો, ન કોઈ માલિક હશે ન કોઈ ભૂમિહીન મજૂર. (૩) રાજ્ય આ સામૂહિક ફાર્મો પર ખેતી કરવા માટે પાણી, પશુઓ, સાધનો, ખાતર, બીજ વગેરેના રૂપમાં નાણા મેળવવા માટે લાઈન હશે. (૪) રાજ્યને ફાર્મના ઉત્પાદનના ખર્ચા પર નીચે મુજબનું વસુલ કરવાનો અધિકાર હશે.

(૧) માલગુજારી, નિયમપત્ર વાળાઓ માટે પૂંજી ગત માલના માટે કેટલાક ભાગ અને

(૨) રાજ્યને તે હક હશે કે જે ખેડૂત નિયમોની અવગણના કરશે અથવા જે રાજ્ય દ્વારા ખેતીવાડીના સાધનોનો સર્વોત્તમ ઉપયોગ કરવામાં જાણી જોઈને ઉપેક્ષા કરે અથવા જે સામૂહિક ખેતીવાડીની યોજનાને નુક્સાન પહોંચાડશે તેના માટે દંડ નક્કી કરી શકે.

રાજ્ય-સમાજવાદ યોજનાનું સ્પષ્ટીકરણ

બાબા સાહેબ આંબેડકરે રાજ્ય સમાજવાદની યોજનાનું સ્પષ્ટીકરણ આ શબ્દોમાં કર્યું છે. ''ઉપરોક્ત યોજનામાં રાજ્યના પ્રભુત્વમાં સામૂહિક રીતની ખેતીવાડીની સાથે ખેતીમાં અને ઔદ્યોગિક ક્ષેત્રમાં સંશોધિત રૂપમાં રાજ્ય સમાજવાદની પ્રસ્તાવના કરવામાં આવી છે. આ યોજનામાં ખેતી અને ઉદ્યોગ બંનેમાં મૂડી લગાવવાની જવાબદારી રાજ્યને સોંપવામાં આવી છે. રાજ્ય દ્વારા મૂડી લગાવ્યા વગર ન જમીન કે ન ઉદ્યોગ વધુ ઉત્પાદન આપી શકશે. એમાં વીમા રાષ્ટ્રીયકરણને પ્રસ્તાવ બેવડા ઉદ્દેશ્યથી કરવામાં આવ્યો છે. રાષ્ટ્રીયકરણ ભરેલી વીમાકંપની એક ખાનગી વીમા કંપનીની સરખામણીમાં વ્યક્તિગત ધનની સુરક્ષાની ગેરંટી આપે છે. રાજ્ય વીમા કંપની ભલે ગમે તેવી પરિસ્થિતિ હોય, ધન પાછુ આપવાની. પુરી જવાબદારી લે છે. તેમાં વ્યક્તિને કોઈપણ પ્રકારનો ભય રહેતો નથી. રાજ્યની પાસે વીમા કંપની દ્વારા એક નિશ્ચિત મૂડી આવી જાય છે. જેને તે પોતાના ઔદ્યોગિક કાર્યમાં લગાવી શકે છે. જેનો વ્યાજનો દર ઘણો ઉંચો હોય છે. આથી રાજ્યને ખોટ ઉપાડવી પડે છે. ભારતના ઝડપથી ઔદ્યોગિકીકરણ માટે રાજ્ય સમાજવાદ ખુબજ જરૂરી છે. વ્યક્તિગત ક્ષેત્ર ઔદ્યોગિકીકરણ ન કરી શકે. મને જો તેના દ્વારા ઐદ્યોગીક કરણ શકય બન્યુ તો તેનાથી તે જ વિષમતાઓ ઉભી થશે જે યુરોપીય દેશોમાં મૂડીપતિ વર્ગના કારણે ઉત્પન્ન થઇ છે. ભારતીયો માટે તે એક ચેતવણી હોવી જોઇએ કે કબજે કરવા અને મુજારા-કાનૂન વ્યર્થ અને નકામો સાબિત થયો છે તેનાથી ખેતીમાં સમૃધ્ધિ ન આવી શકે. કબજે લેવાની અને મુજારા કાયદો તે કરોડો અછૂતો માટે સહાયક સિધ્ધ ન થઇ શકે છે જે ભૂમી હીન છે. માત્ર સામુહિક ફાર્મ જ જેની પ્રસ્તાવના યોજનામાં કરવામાં આવી છે તેની સહાયતા કરી શકો છો. તેમા સંબધિત હિતોને વંચીત પણ ન કરી શકાય તેથી આ પ્રસ્તાવનાથી કોઇ પણ પ્રકારની આપત્તિ ન હોવી જોઇએ.

'' આ યોજનાની બે વિશેષતત્ઓ છે પ્રથમ એ છે કે આર્થિક જીવનના મહત્વપૂર્ણ ક્ષેત્રોમાં રાજ્ય સમાજવાદની પ્રસ્તાવના કરે છે બીજી એ કે તેમા રાજ્ય સમાજવાદની સ્થાપના વિધાન મંડળની ઈચ્છા પર છોડવામાં આવા નથી તેમા રાજ્ય સમાજની સ્થાપના સંવિધાનના કાયદા પ્રમાણે કરવામાં આવી છે આ રીતે તેમાં વિધાન મંડળ અને ન કાર્યપાલિકા પરિવર્તન કરી શકે છે.''

''સંવિધાનિક કાયદાનો વિદ્યાર્થી જલ્દી વિરોધ કરશે ચોકકસ તે પુછશે શું આ પ્રસ્તાવના સામાન્ય મૈલીક અધિકારોના ક્ષેત્રને નથી ઓળંગી જતી. મારો જવાબ છે કે તે આવુ નથી કરતી જો આ તેને ઓળગતી મહેસુસ થાય છે.

તો એ કારણે છે કે મૌલિક અધિકારોની સંકલ્પના જેના આધાર પર આ આલોચના કરવામાં આવે છે. એક સંકીર્ણ સંકલ્પના છે જો આ સંકીર્ણ ને જ, કે માત્ર મૌલીક અધિકારજ સંવિધાનિક કાનુન થયા કરે છે. માની લેવામાં આવે તો પણ પ્રસ્તાવના ન્યાય સંગત સાબિત થશે. સમાજના આર્થિક ઢાંચાની રૂપરેખા કાનુન દ્વારા નિર્ધારીત કરવાનુ શું પ્રયોજન છે તેનો અભિપ્રાય તે વ્યક્તિગત સ્વતંત્રતાની બીજા વ્યક્તિઓના અતિક્રમણથી રક્ષા કરવાનો છે જો કે મૌલિક અધિકારોને બનાવવાનો એક વિષય છે. વ્યક્તિગત સ્વતંત્રતા તથા સમાજના આર્થિક ઢાંચા અને રૂપમાં ઉંડો સંબંધ છે, જો કે તેને પ્રત્યેક વ્યક્તિ ભલે જાણી ન શકે. આ નીચે લખેલા વિચારોને ધ્યાનમાં રાખવામાં આવે તો તથ્ય પ્રત્યક્ષ દેખાશે.

રાજનીતિક જનતંત્ર નીચેની ચાત વાતો પર આધારિત છે.

(૧) વ્યક્તિ પોતાનામાં એક સાધ્ય છે.

(૨) વ્યક્તિના કેટલા ન બદલાય તેવા અધિકાર છે જેની સુરક્ષા રાજયએ કરવી જોઇએ.

(૩) કોઈ વ્યક્તિને અવસર કે સુવિધા આપવા માટે અધિકારોથી વંચિત ન કરવામાં આવે.

(૪) રાજય અનાધિકૃત વ્યક્તિની અન્ય વ્યક્તિઓ ઊપર શાસન કરવા માટે કોઇ અધિકાર આપશે નહીં કોઈ પણ વ્યક્તિ જે ખાનગી- મહેનત અને વ્યક્તિગત લાભોની પ્રતિષ્ઠા પર આધારીત સામાજીક અર્થ-વ્યવસ્થાનો અભ્યાસ કરે છે જાણે છે કે આ અંતિમ બે વાતો જેના પર જનતંત્ર ટકેલુ છે નુ વાસ્તાવિક ઉલંઘન રોકાય તો તેને કોઇ પણ રીતે નાશ કરે છે. કેટલાને પોતાની આજીવીકા કમાવવા માટે પોતાના સંવિધાનિક અધિકારોથી હાથ ધોવા પડે છે. કેટલાને ખાનગી માલિકોને આધીન કામ કરવા માટે મજબૂર થવુ પડે છે.

જે લોકો બેકાર છે તેમને પુછો કે જેને મૌલિક અધિકાર કહેવામાં આવે છે તેનો કોઇ લાભ છે જો કોઇ બેકાર માણસને એક તરફ કોઈ પ્રકારની નોકરી જેનું કંઈ પણ વેતન હોય ન મજૂરીનો સમય નિશ્ચિત હોય અને ન તો યુનીયનમાં સામેલ થવાની છુટ હોય અને બીજી તરફ પોતાના મૈાલીક અધિકારોનો ઉપયોગ માંથી એક ને પસંદ કરવાનુ કહેવામાં આવે તો તેની પસંદગી કઈ હશે. તે તેના વિરુધ્ધ થશે પણ કેવી રીતે ભુખ્યા મરવાનો ડર, મકાન છીનવાઇ જવાનો ડર, જો કંઇક બચત કરી છે તો તેને ગુમાવવાનો ભય, બાળકોને સ્કુલમાંથી હટાવી લેવાની મજબૂરી, લોકો નાદાનનો બોજ બનવાનું અને સરકારી ખર્ચ દફનાઈ જવાનો ડર એવા કારણ છે કે જેના કારણે કોઇ

વ્યક્તિ મૌલીક અધિકારો માટે ઉભો નહી રહી શકે આ રીતે બેકાર લોકોને કામની સુવિધા મેળવવા માટે અને જીવીત રહેવા માટે પોતાના મૌલીક અધિકારોને છોડવા માટે મજબુર થવુ જ પડશે.

જે લોકો કામ પર લાગે છે તેની સ્થીતી કેવી છે સંવિધાનીક કાનૂન માત્ર એટલુ જ વિચારી લે છે કે વ્યકિતગત સ્વતંત્રતાની સુરક્ષા માટે મૌલીક અધિકારોના કાનૂન બનાવવાથી થઈ જાય છે અને તેનાથી વધારે કંઈ કરવાની જરુર નથી તે એ તર્ક આપે છે કે જ્યાં રાજ્ય આર્થિક અને સામાજીક ખાનગી મામલામાં હસ્તક્ષેપ નથી કરતા બાકી રહેલી સ્વતંત્રતા છે જે જરુરી છે તે એ છે કે આપ બાકી રહેલાનું જ્યાં સધી સંભવી શકે વધારેને વધારે વિસ્તાર કરવામાં આવે અને રાજ્યના હસ્તક્ષેપને જેટલો ઓછો થઈ શકે ઓછો કરવામાં આવે. એ ઠીક છે કે જ્યાં રાજ્ય હસ્તક્ષેપ કરવાથી સંકોચ રાખે છે ત્યાં જે બચી જાય છે તે સ્વતંત્ર છે. પરંતુ વાત અહીંજ સમાપ્ત નથી થઈ જતી. એક અન્ય પ્રશ્નનો જવાબ પણ આપવો પડશે. આ સ્વતંત્રતા જમીન-માલિકોની છે જેથી તે ભાડુ વધારી શકે. આ સ્વતંત્રતા મોટા-મોટા મૂડીપતિઓની છે. જેથી તે કામના કલાકો વધારી શકે આ સ્વતંત્રતા તે લોકોની છે જે શ્રમિકોનું વેતન ઓછુ કરી શકે અને શોષિતોની સામે વધારે મુશ્કેલીઓ ઉભી કરી શકે. આ શ્રમિકો અને શોષિત લોકોની સ્વતંત્રતા નથી. કોઈપણ દેશમાં વધારે ને વધારે ઉત્પાદન કરવા માટે શ્રમિક લોકોની એક ફૌજ ભરતી કરવી જરૂરી હોય છે. જો રાજ્ય એવું ન કરે તો વ્યક્તિગત અર્થ વ્યવસ્થા એવું કરશે નહીં તો લોકોનું જીવન કઠિન થઈ જશે. અહીંયા મૂડીપતિ વર્ગ પોતાનું મન માન્યું કરે છે અને શ્રમિક વર્ગ પર વધારે ને વધારે દબાણનો પ્રયત્ન કરે છે. અન્ય શબ્દોમાં જેને આપણે રાજ્યનો હસ્તક્ષેપથી બાકી ક્ષેત્રને સ્વતંત્ર કહીએ છીએ તે ખાનગી માલિકો કે મૂડીપતિઓની તાનાશાહી સિવાય કંઈજ નથી.

કેવા પ્રકારની રોક લગાવવામાં આવે તો આવું ન થાય. બેકાર અને કામ પર લાગેલા લોકોની સુરક્ષા કેવી રીતે કરવામાં આવે કે તેના મૌલિક અધિકારો છીનવાઈ ન જાય. જનતંત્રવાદી દેશોમાં લાભદાયક ઉપાય એ કરવામાં આવ્યો છે કે સરકારની શક્તિને સીમિત રાખવામાં આવે જેથી તે રાજનીતિક ક્ષેત્રોમાં સ્વૈચ્છાચારી ન બની શકે અને આ બાજુ શક્તિશાળી કે સાધન સંપન્ન લોકોને એ અપીલ કરવામાં આવે કે તે આર્થિક ક્ષેત્રોમાં ગરીબોનું શોષણ ન કરે. જરૂર પડે તો સાધાર કાયદાઓનું નિર્માણ કરવામાં આવે, જેથી મૂડીપતિ વર્ગ પણ સ્વૈચ્છાચારી ન બની શકે. આ ઉપાયના પુરતુ અને નકામુ સાબિત થઈ ચુક્યુ છે. શક્તિશાળી લોકો જનતાની સ્વતંત્રતાની રક્ષા કરી શકશે આ એક સંદિગ્ધ ઉપાય છે. જનતાંત્રિક વ્યવસ્થામાં સરકાર અને વિધાનસભાઓમાં એ વર્ગ

પહોંચે છે જે શક્તિશાળી તથા સાધન સંપન્ન હોય છે. આ યોજનામાં એક અલગ જ રીત અપનાવવામાં આવી છે. જન સામાન્યની સ્વતંત્રતાની રક્ષા કરવા માટે સરકારની સ્વૈચ્છાચારી નીતિને સીમિત કરવી જ પુરતી નથી તેથી તે સાધન સંપન્ન કે શક્તિશાળી વર્ગની સ્વૈચ્છાચારી શક્તિને પણ સીમિત કરવી જરૂરી છે. જેનું આર્થિક ક્ષેત્ર પર જે આધિપત્ય છે તેનો અંત કરવામાં આવે. તેમાં જરા પણ શંકા નથી કે શક્તિશાળી વર્ગોના નબળા વર્ગ પર આક્રમણને રોકવા માટે બંને ઉપાયોમાંથી આ યોજનામાં રજુ કરવામાં સુચન વધારે પ્રભાવશાળી છે. આ મુદ્દાઓ સામે રાખીને આ ઉપાય યોગ્ય રીતે વ્યક્તિ સ્વતંત્રતાને સુરક્ષિત કરવાનો ઉપાય છે એટલે કોઈ સંવિધાનિક કાયદા એ કહીને કે આ સર્વ સામાન્ય કાનુનના સામાન્ય ક્ષેત્રથી બહાર છે તેના પર વાંધો ઉઠાવી શકતા નથી.

અત્યાર સુધી આ યોજનામાં વ્યક્તિગત સ્વતંત્રતાને સુરક્ષિત કરવા માટે વિચાર કરવામાં આવ્યો છે. આ યોજનાનો એક બીજો જ પાસુ છે જેના પર ધ્યાન આપવાનું જરૂરી છે. તે એ છે કે આ યોજના સંસદિય લોકશાહીને સમાપ્ત કર્યા વગર રાજ્ય સમાજવાદની પ્રસ્તાવના કરવામાં આવી છે અને તેમાં રાજ્ય સમાજવાદની સ્થાપનાને સંસદીય લોકશાહીની ઈચ્છા પર પણ નથી છોડવામાં આવ્યું. રાજ્ય સમાજવાદના ટીકાકારો જો કે તેના હિતેચ્છુ સુધી એ પ્રશ્ન પુછશે કે તેને રાષ્ટ્રના સંવિધાનિક કાયદાનો અંગ બનાવવાની જરૂર શું છે. આ કામ વિધાન મંડળ પર કેમ છોડી દેવામાં ન આવે જેથી તે સામાન્ય કાયદા દ્વારા સમાજવાદ સ્થાપિત કરી આયોજનબધ્ધ અર્થ વ્યવસ્થાની એક અનિવાર્ય શર્ત છે કે તેને ન તો છુટા કરવામાં આવે છે અને ન તો તેનો ત્યાગ કરવામાં આવે છે એ અનિવાર્ય રીતે સ્થાયી હોવી જોઈએ તેને કેવી રીતે બનાવવી સ્પષ્ટ રીતે સંસદીય લોકશાહી સરકારથી એવુ ન કરી શકાય. સંસદીય લોકશાહી પ્રણાલીમાં વિધાન મંડળ અને કાર્ય પાલિકાની નીતિ એ જ હોય છે જે બહુમતીની નીતિ હોય, સંસદીય લોકશાહીમાં કોઈ એક ચુંટણીમાં બહુમતી ઉદ્યોગ અને ખેતીમાં રાજ્ય સમાજવાદના પક્ષમાં થઈ શકે છે. બીજી ચુંટણીમાં બની શકે કે બહુમતી રાજ્ય સમાજવાદની વિરૂધ્ધ હોય. રાજ્ય સમાજવાદ વિરોધી બહુમતી પોતાની કાયદા બનાવવાની શક્તિને રાજ્ય સમાજવાદ સમર્થક બહુમતીના કાર્ય-કાર્યને નષ્ટ કરવા માટે ઉપયોગ કરશે. આ રીતે રાજ્ય સમાજવાદી સમર્થક બહુમતી પોતાની કાયદા બનાવવાની શક્તિને પોતાના વિરોધીઓની વિરૂધ્ધ ઉપયોગ કરશે. હવે તો જે લોકો રાજ્ય સમાજવાદમાં વિશ્વાસ કરે છે તેને માનવું જોઈએ કે આટલા મૌલિક કાર્યની સફળતા સામાન્ય કાનુન દ્વારા સંભવ થતી નથી. લોકશાહીમાં બહુમત

પરિવર્તનશીલ હોય છે. તેના ભવિષ્યનો કોઈ ભરોસો નથી તે ગમે ત્યારે પણ પડી શકે છે. કેટલાય બહુમત એવા પણ હોય છે જે માત્ર વિરોધ પ્રગટ કરવા માટે આર્થિક યોજનાઓ તરફ ધ્યાન આપતા નથી. આથી રાજ્ય સમાજવાદની સ્થાપના માટે સંસદીય લોકશાહી યોગ્ય નથી તો પછી વિકલ્પ શું છે. વિકલ્પ છે તાનાશાહી એક એવી વ્યવસ્થા છે જે આર્થિક યોજનાઓને સ્થાયીત્વ આપી શકે. પરંતુ આ ઉપાય ખુબજ વિવાદગ્રસ્ત છે કારણકે જે લોકો વ્યક્તિગત સ્વતંત્રતામાં આસ્થા રાખે છે તે આ વિકલ્પને માનવા માટે તૈયાર હોતા નથી. તે તાનાશાહીને કોઈપણ કિંમતે ઈચ્છશે નહીં. ભલે તેનો લાભ રાજ્ય સમાજવાદની સ્થાપનાની જ કેમ ન હોય. વ્યક્તિગત સ્વતંત્રતા વાસ્તવમાં લોકશાહીમાં જ સંભવ છે ન કે તાનાશાહી. તે તાનાશાહીના સ્થાન પર લોકશાહી અને રાજ્ય સમાજવાદને સંવિધાનની ધારાઓ દ્વારાજ લેવામાં આવે તેથી સંસદીય બહુમત તેને બદલી ન શકે અને ન તો સમાપ્ત કરી શકે. માત્ર આવુ કરવાથી જ આપણે ત્રણ ઉદ્દેશો સમાજવાદની સ્થાપના, સંસદીય લોકશાહીની સુરક્ષા તથા તાનાશાહીનો લોપની પૂર્તિ કરી શકીશું.

બાબા સાહેબ આંબેડકર દ્વારા બતાવેલા રાજ્ય સમાજવાદ દ્વારા ભારતના સંજોગોની સામે નજર રાખતા ખુબજ મૌલિક અને ઘણા સાચા હતા અને આજે પણ છે. ગરીબી દુર કરવાના પ્રયાસોમાં દેશને આ તેમની મહત્વની દેન છે.

દેશ પ્રત્યે સેવાઓ (4)

વિકાસ યોજનાઓ : વિકાસ બાબા સાહેબનો મનગમતો વિષય હતો. બાબા સાહેબ આંબેડકરને વાઈસરોય હિંદના લેબર મેમ્બર તરીકે તેમને જે વિભાગોનો કાર્યભાર સોંપવામાં આવ્યો હતો. તે આ પ્રકારે હતો. (૨) સી.પી. ડબલ્યુ.ડી. (C.P.W.O.) કોલસા અને ખાણ, Printing Press and Stationary (3) Royal India Navy Traning School and (4) Civil Pioneer Force (5) Techinical Trainging at Civiliang Military Personalels in traing Centres located near or in the Princely states. (6) Publicity and recrutment. વગેરે વિભાગો હતા જો કે આજકાલ મંત્રાલય બની ગયા છે.

ડૉ. આંબેડકરે વાયદા અને તેના દ્વારા થનારા વિનાશના પડકારોનો મુકાબલો કરવા મન બનાવી લીધુ હતું. સૌથી પહેલા તેમણે પાણીના વધારા અંગેની વિચારધારામાં બદલાવ લાવવાની દિશામાં ધ્યાન આપ્યું. આ સંદર્ભમાં તેમણે

પોતાના વિચાર આ રીતે વ્યક્ત કર્યા : ''પુર સંમેલનનું આ વાક્ય કે પાણીનો વધારો એક બુરાઈ છે જો પહોંચી નથી. સંમેલનના સભ્ય આ વિચારથી પ્રભાવિત જોવા મળે છે કે જ્યારે પાણી ખુબજ પડે તો તેને વ્યવસ્થિત રીતે સમુદ્રમાં નાખી દેવામાં આવે. આ વિચાર જનતાની દ્રષ્ટિએ ખોટો છે અને ખતરનાક પણ આ વિચારધારા જ ખોટી છે કે પાણીની અધિકતા ખરાબ છે. માણસ પાણીની અધિકતાથી નહી પણ પાણીના અભાવથી પીડિત છે. ગરબડ તો એ છે કે પ્રકૃતિ ન માત્ર પાણીની ઉપલબ્ધિ કરાવવામાં કંજુસ છે તે તેના વિતરણના પણ અનિશ્ચિત તથા અસ્થિર છે અને દુકાળ અને પુરમાં અદલા બદલી કરતી રહે છે પરંતુ તેનાથી સચ્ચાઈ બદલાતી નથી કે પાણી એક સંપતિ છે. પાણી જનતાની સંપતિ છે. જો કે તેનું વિતરણ અનિશ્ચિ છે, એટલે સાચી પહોંચ એ હશે કે પ્રકૃતિ વિરુધ્ધ ફરિયાદ કરવાને બદલે પાણીને સુરક્ષિત કરવામાં આવે. નદીઓ પર બંધનું નિર્માણ કરવામાં આવે, પાણીમાંથી વિજળી ઉત્પન્ન કરવામાં આવે અને પાણીનો વહન માટે ઉપયોગ કરવામાં આવે.'' પછી તેમણે યોજનાની વ્યાખ્યા આ શબ્દોમાં કરી.

(1) બંધની એક જગ્યા પસંદ કરવામાં આવે. (2) બંધના નિર્માણનું સ્થાન પસંદ કર્યા પછી વિવરણ સાથે તપાસ. (3) તેવી તપાસ માટે એજન્સી (4) બંધની ડિઝાઈન અને નિર્માણ માટે એજન્સી. (5) બંધના નિર્માણ કાર્ય અંગેની ટેકનિકલ અને પ્રશાસનીય મશીનરી (વિભાગ)ની સ્થાપના અને (6) વિકસિત ક્ષેત્રમાં પાણી તથા વીજળીના ખુબ સારા ઉપયોગ માટે સર્વેક્ષણનો એક ક્રમ.

તેમણે રાજ્ય સરકાર અને રજવાડાના રાજાઓને પણ સલાહ આપતા કહ્યું : ''મારે એ બતાવવાની જરૂર નથી કે ઓરિસા તથા બંગાળ સરકારો અને પ્રભાવિત રજવાડાના પ્રભુત્વની અપેક્ષા જનતાની ભલાઈ વધારે મહત્વપૂર્ણ છે. રજવાડાની પ્રભુતા જનતાના કલ્યાણ કરવા માટે ઉપયોગ કરવી જોઈએ ન કે તેમની ભલાઈમાં વિઘ્ન નાખવા માટે કામમાં લેવી જોઈએ.'' અને પછી છેલ્લે તેમણે કહ્યું :

અંતિમ ઉદ્દેશ્ય : કેન્દ્રીય સરકાર રાજ્ય સરકારો પાસે માત્ર એકજ આશા કરે છે અને તે છે કે બંધોનો લાભ સામાન્ય જનતા સુધી પહોંચવો જોઈએ અને બંધની આસપાસના લોકોને પણ તેના દ્વારા આવનારી ખુશીનો હિસ્સો મળવો જોઈએ. મારા વિચારમાં એ અનિવાર્ય છે તેથી એક એજન્સી સ્થાપિત કરવી જોઈએ જેથી અંતિમ ઉદ્દેશની પૂર્તિ થઈ શકે.

જેમ કે તેમની આદત (વલણ) હતું કે તે જે કામને પણ કાર્યાન્વિત કરવાનું વિચારતા તેનો ઝીણવટ ભર્યો અભ્યાસ કરતા દામોદર નદી પર

બંધના નિર્માણનો તેમણે પાક્કો નિર્ણય કરી લીધો. પરંતુ તેની બધી જાણકારી ભારતમાં ન હતી. સંયુક્ત રાજ્ય અમેરિકામાં ટૈનેસી વેલી નામનો એક બંધ બાંધવામાં આવ્યો હતો. બાબા સાહેબે ટૈનેસી વેલી અને તેના અંગેની દરેક કાયદેસર પક્ષોની શોધખોળ કરી. સૌથી પહેલા તો તેમણે એક એજન્સી (સમિતિ)નું ગઠન કર્યુ અને તેમને દામોદર બંધનુ નિર્માણ કાર્યનો ભાર સોંપી શકાય. બાબા સાહેબના પ્રયત્નોથી કેન્દ્રિય સોંપી શકાય. બાબા સાહેબના પ્રયત્નોથી કેન્દ્રિય વીજળી બોર્ડ અને તેની સાથે-સાથે કેન્દ્રિય જળમાર્ગ સિંચાઈ તથા નૌ પરિવહન આયોગ પણ બનાવવામાં આવ્યા. બધી સમસ્યાઓની તપાસ માટે એક સમિતિની રચના કરવામાં આવી. આ બધી મહેતનું પરિણામ એક પરિયોજના (Project) ના રૂપમાં નીકળ્યું. જેને દામોદર નદી ને સંબંધિત હોવાને કારણે તેને દામોદર વેલી પરિયોજના (Project) નું નામ આપવામાં આવ્યું.

અંગ્રેજ સરકાર કોઈ વિદેષી એન્જીનીયરને દામોદર વેલી પરિયોજના (Project) ના પ્રમુખ બનાવવા ઈચ્છતા હતા પરંતુ બાબા સાહેબે અંગ્રેજ સરકાર સાથે ઝગડો (વિરોધ) કરીને એ. એન. ખોસલાને એન્જીનીયર નિયુક્ત કર્યા. (શ્રી ખોસલા એક નિપુણ, સક્ષમ, (પંજાબી) એન્જીનીયર હતા.) જેથી સ્વતંત્રતા પછી પણ આ પ્રકારના બીજા બંધોનું નિર્માણ કરી શકાય.

આ રીતે દામોદર નદી પર બંધનું નિર્માણ થયું. જે ન માત્ર પુરના મહાવિનાશને રોકવાનો કાયમી ઉપાય સાબિત થયો પરંતુ તેના નિર્માણથી દુષ્કાળ અને ભુખમરો જેવા બે અભિશાપોનો પણ સફાયો પણ સંભવ થઈ શક્યો. ઈ.સ. ૧૯૪૬ માં બંધનું બધુ કામકાજ દામોદર વિકાસ નિગમ હેઠળ કરી દેવામાં આવ્યું. દામોદર બંધ લાખો લોકો માટે ન માત્ર શાંતિ પરંતુ આર્થિક વિકાસ અને સોનેરી ભવિષ્યનું સ્રોત તથા સાધન સાબિત થયું હતું અને આજે પણ થઈ રહ્યું છે.

બાબા સાહેબે દામોદર વેલી પરિયોજનાની શ્રી હરિએ આ શબ્દોમાં પ્રશંસા કરી છે : ''ત્રણ મહિના સુધી દામોદર નદીની આ યોજના રાજકારણીઓના વિચારાધીન રહી. જે માણસે દામોદર નદી પર બંધનું નિર્માણ કરવાનો નિર્ણય કર્યો તે હતા વાઈસરોય હિંદની કાર્ય સાધક પરિષદના લેબર મેમ્બર ડૉ.આંબેડકર.''

દેશની ઉન્નતિ તથા વિકાસમાં બાબા સાહેબ આંબેડકરે મુલ્યવાન માર્ગદર્શન આપ્યું. જેના કારણે દેશમાં ઘણા બધા બંધોનું નિર્માણ થયું અને સામાન્ય લોકોના વિકાસના ઘણા રસ્તાઓ પણ ખુલી ગયા.

બાબા સાહેબને પાણીની કિંમત (મહત્વ)નું પુરૂ અનુમાન તો હતુ જ તેથી

તેમણે જળ સંબંધિત થનારી મુશ્કેલીઓનું પણ અનુમાન હતું. ત્યારે તેમણે સંવિધાનમાં જળ અંગેના થનારા વિવાદોને ઉકેલવા માટે જો જોગવાઈ કહી જે આ રીતે છે.

ધારા 262(1) સંસદ વિધિ દ્વારા, કોઈ આંતરરાજ્ય નદી કે નદી પ્રવાહ કે તેના જળ પાણીના ઉપયોગ, વિતરણ કે નિયંત્રણ સંબંધમાં કોઈ વિવાદ કે પરિષદ કે ન્યાય નિર્ણય માટે ઉપલબ્ધ કરી શકશે (૨૩) આ સંવિધાનમાં કોઈ વાત હોવા છતા પણ સંસદ વિધિ દ્વારા ઉપલબ્ધ કરી શકશે કે ઉચ્ચતમ ન્યાયાલય કે કોઈ અન્ય ન્યાયાલય ખંડ (૧)માં નિર્દિષ્ટ કોઈ વિવાદ કે પરિષદના સંબંધમાં અધિકારિતોનો પ્રયોગ નહી કરે.

આ રીતે બાબા સાહેબે ન માત્ર વિકાસ કાર્યને આમલીજામો પહેરાવ્યો. જો કે તેમણે આ વાતની પણ વ્યવસ્થા કરી કે દેશના વિકાસમાં કોઈ અડચણ ન ઉત્પન્ન થાય.

ગામડાઓનાં વિકાસ

બાબા સાહેબે ભારતીય સંવિધાનનો આધાર ગામડાની અપેક્ષિત વ્યક્તિને બનાવ્યો છે. તેના પર જ્યારે તેમની ગામડીયા પધ્ધતિ (પ્રણાલી)ની પ્રશંસા કરતા તેમની ટીકા કરવામાં આવી તો બાબા સાહેબે તેના જવાબમાં ગામડાની ચર્ચા આ પ્રમાણે કરી : જે લોકોના મતમાં ગ્રામ પંચાયત માત્ર એટલા સ્વભીમાનની ભાવના છે તે એ વિચારવાની ફિકર નથી કરતા કે દેશના મામલામાં અને દેશને સૌભાગ્ય પૂર્ણ બનાવવામાં તેમણે કેટલો ઓછો હિસ્સો લીધો છે અને કેમ ? મેટકાફે ને જ દેશને સૌભાગ્ય પૂર્ણ બનાવવામાં ગ્રામ પંચાયતો એ જે ભાગ લીધો છે તેના આ શબ્દોમાં ચર્ચા કરી છે.

''એક રાજવંશ પછી બીજા રાજવંશનું પતન થાય છે. એક ક્રાંતિ પછી બીજી ક્રાંતિ થાય છે. હિંદુ, પઠાણ મોગલ, મરાઠા, શિખ, અંગ્રેજ બધા વારા ફરતી દેશના માલિક બને છે. પરંતુ ગ્રામ પંચાયતો એવી ને એવી જ બની રહે છે. મુશ્કેલીના સમયમાં તે સાવધ થઈ જાય છે શત્રુ સેના દેશમાંથી પસાર થઈ જાય છે. ગ્રામ પંચાયત પોતાના પશુઓને ગામની દિવાલની અંદર એકઠા કરી લે છે અને શત્રુ સાથે કોઈ પણ પ્રકારની છેડછાડ કર્યા વગર તેને આગળ વધવા જવા દે છે.

ગ્રામ પંચાયતોએ આપણા દેશનાં ઈતિહાસમાં આ પ્રકારે જ ભાગ લીધો છે. જ્યારે આપણે તે વાત જાણી લઈએ છીએ. આ ગ્રામ પંચાયતો માટે આપણા મનમાં કયા પ્રકારની સ્વાભીમાનની ભાવના જાગૃત થઈ શકે છે. બધા ઉત્થાનો અને પતનોમાં તે ટકી રહી છે તે એક પ્રમાણિક તથ્ય છે. પરંતુ જેમ-જેમ ટકી

રહેવાની કોઈ કિંમત નથી. પ્રશ્ન ઉત્પન્ન થાય છે કે તે કયા સ્તર પર બચી રહી છે એમાં કોઈ શંકા નથી કે એક ઘણા નીચલા સ્તર પર એક મોટા સ્વાર્થ ભર્યા સ્તર પર મારો મત છે કે આ ગ્રામ પંચાયતો ભારતના વિનાશનું કારણ બની છે એટલે મને એ જોઈને આશ્ચર્ય થાય છે કે જે લોકો પ્રાન્તિયતા કે સાંપ્રદાયિકતાની નિંદા કરવામાં અગ્રેસર હોય છે તે જ લોકો કેવા પ્રકારના ગામડાઓનો પક્ષ લઈને સામે આવે છે. આજના ગામ પોતાના પ્રત્યેજ મોહ સિવાય, અજ્ઞાત, તંગદીલી અને સાંપ્રદાયિકતાની ગુદા સિવાય બીજુ છે શું. મને ખુશી છે કે સંવિધાનના માળખામાં 'ગ્રામ' શબ્દને 'તિલાંજલી' આપી તેને બદલે વ્યક્તિને જ એક એકમના રૂપમાં સ્વીકાર કર્યો છે.

બાબા સાહેબ આંબેડકરે ગામડાની પધ્ધતિ નિંદા જ ન કરી પરંતુ ગામડાના વિકાસ, ઉત્થાન તથા નવ નિર્માણની રૂપરેખા પણ પ્રસ્તુત કરી જે નીચે પ્રમાણે છે.

(૧) ગામડાના જીવનને સુખમય બનાવવા માટે બધી જરૂરી સુવિધાઓ આપવામાં આવે.

(૨) શહેરી વિકાસની જેમ ગામડામાં પણ નિવાસ સફાઈ તથા સ્વચ્છતાની યોજનાઓ લાગુ કરી ગામડાના જીવનને વધારે સરૂ બનાવવામાં આવે.

(૩) ગામડામાં રેડિયો, ચાલતા ફરતા સિનેમા, સામુદાયિક ભવન વગેરેનું નિર્માણ કરીને ગામડામાં રહેવાવાળાની વિચારધારાને સમકાલિન બનાવવામાં આવે જેથી ગામડાના લોકો પણ પોતાના જીવનને વિકાસશીલ બનાવી શકે.

બાબા સાહેબે સંવિધાનની ધારા 48 દ્વારા ખેતી અને પશુપાલનને પણ નવી વૈજ્ઞાનિક પધ્ધતિથી સંગઠિત કરવામાં આવે અને સાથે વાતાવરણ (પર્યાવરણ)ને પ્રદુષિત થતુ રોકી શકાય. આ બધી વાતો કહીને રાજ્યને (નિર્દેષિત) કહ્યુ કે તે કાર્ય કરે. પછી બાબા સાહેબે જે નાગરિક અધિકાર શહેરી શહેરી લોકોને જે મળેલા છે. તે જ અધિકારોને તેમણે ગામડામાં રહેવાવાળાને પણ આપવામાં આવે જેમકે : બધા ગામડામાં રહેનારાને મતનો અધિકાર, સામાજીક સમતા, સમાન અવસર, ઓછામાં ઓછુ ભણતર (ઓછામાં ઓછુ એટલું શિક્ષણ) વગેરે અધિકાર, અવસર સુવિધાઓ આપીને સદિઓથી તેમની સાથે થઈ રહેલા ભેદભાવ (સાવકો વ્યવહાર) પૂર્ણ અત્યાચારોને પણ ખત્મ કરી દેવામાં આવે.

બાબા સાહેબે એટલા અથાક પરિશ્રમ અને પ્રયાસો છતા પણ ગામડાનો એવો વિકાસ ન થયો જેવો થવો જોઈતો હતો. પરંતુ બાબા સાહેબની ટીકાત્મક (પ્રતિક્રિયા વાદી) વૈચારિક સપાટી. હજી પણ પોતાની પકડ બનાવી રાખી છે અને સત્તાધારી રાજનૈતિક દળનો ફાયદો એમાં જ છે કે તે ગામડામાં રહેવાવાળાને અશિક્ષિત, બેરોજગાર સંકુચિત વિચારોવાળા બનેલા રહે જેથી તે લોકો પોતાની

મન મરજી પ્રમાણે તેનું શોષણ કરી શકે.

દેશ પ્રત્યેની સેવાઓ (5)

સમસ્યા નિવારણમાં યોગદાન : દેશમાં ઘણી બધી સમસ્યાઓ (મુશ્કેલીઓ) ફેલાયેલી છે જેના માટે બાબાસાહેબે કેટલાક સુચનો કર્યા છે. તેમના સલાહ-સુચનો પર અત્યારે પણ વિચાર કરવામાં આવે તો અત્યારે પણ આપણા દેશની ઘણી બધી સમસ્યાઓ હલ થઈ શકે છે. આ સમસ્યાઓમાં કેટલીક સમસ્યાઓ નીચે પ્રમાણે છે.

(૧) વધતી વસ્તીને રોકવી.

(૨) ભાષાવાદ

(૩) ચૂંટણીની પધ્ધતિમાં સુધારો

(૪) લઘુમતીઓની સમસ્યા

વધતી જનસંખ્યા પર રોકથામ

ભારત જેવા વિકાસશીલ દેશમાં વસ્તી રૂપી મહારાવસને બાબા સાહેબે વર્ષો પહેલા જ ઓળખી લીધો હતો અને તેમણે આ સમસ્યા પ્રત્યે દેશને જાગૃત કરવાનો પ્રયત્ન કર્યો.

આ સમસ્યાઓને બાબા સાહેબે મુંબઈ વિધાન પરિષદમાં તેમના દ્વારા તૈયાર એક ભાષણમાં શ્રી પી.જી. રોહનને ઈ.સ.૧૯૩૮માં નવેમ્બર મહિનાની ૧૦ તારીખે વાંચ્યુ અને તેની સાથે જ એક પ્રસ્તાવ પણ પ્રસ્તુત કરેલો છે. (સદનના પટલ પર રાખેલો) જેને આ શબ્દોમાં વર્ણિત કરવામાં આવ્યો હતો. ‘‘આ સભા સરકારને ઉપાય બતાવે છે પારિવારિક એકમોને સિમિત કરવા માટે સરકાર જનતામાં જોરદાર પ્રચાર કરે અને પરિવાર નિયોજન માટે તેમને સુવિધાઓ આપે.’’

ભાષણના અંતમાં ભાષણનું સમાપન તેમણે આ શબ્દોમાં કર્યુ : કેટલાક લોકોનેજ એવો અવસર મળી શકે છે જે તેમને અમર બનાવી દે છે પરિવાર નિયોજન (જન્મ પર નિયંત્રણ)નું આંદોલન એક એવો અવસર છે જે આપણી પ્રાદેશિક સરકારોને મળ્યો છે આપણને આજ્ઞા છે કે તે આ અવસરને હાથમાંથી ન જવા દે પરંતુ પોતાની અને જનતાના વધારે સારા માટે તે તેનો પુરેપુરો લાભ ઉઠાવશે.

બાબા સાહેબે પછીથી ઘણીવાર આ સમસ્યાને ઉઠાવીને લોકોનું ધ્યાન આ સમસ્યાની તરફ આપવાનું ઈચ્છ્યુ અને આ પ્રયત્નોમાંથી એક પ્રયત્ન તેમણે શેડ્યુઅલ કાસ્ટસ ફેડરેશન (અનુસૂચિત જાતિઓને ૧૯૫૨ની ચુંટણીમાં દરમિયાન

પોતાના ઘોષણા પત્રમાં સમસ્યાને ઉકેલવા માટે મજબુત પગલા ઉઠાવવાનું આહ્વાન કર્યુ.)

નિષ્ણાતો (Experts) અને મોટાભાગના લોકોનું માનવું છે કે વસ્તીનું આ વધતુ સ્વરૂપ જો રોકવામાં નહીં આવે તો તે દેશનો બધો વિકાસ અને ઉપલબ્ધિઓને ગળી જશે અને વધારે સારૂ કરવાના બધા ઉપાયોને નિષ્ફળ બનાવી દેશે. વર્ષો પહેલા જે (પરામર્શ) સલાહ બાબા સાહેબે આપી હતી. જો તેના પર અમલ કર્યો હોત તો આજે દેશની આ હાલત ન હોત.

ભાષાવાદ

આખા દેશમાં રાજ્યોને ભાષાના આધારે નક્કી (બનાવવા માટે) કરવા માટે એક રાજ્ય પુનર્ગઠન આયોગ બનાવવામાં આવ્યું. આ આયોગની ભલામણો પછી આખા દેશમાં ભાષાવાદની પાંજરામાં કેદ એટલી મજબુત થઈ ગઈ કે આખા દેશમાં અશાંતિ ફેલાઈ ગી જેના કારણે કેટલાક નવા રાજ્યોનું નિર્માણ પણ કરવું પડ્યું. બાબા સાહેબે આ બધી સમસ્યાનું (ઉલઝનો)નું નિરાકરણ પણ બતાવ્યું હતું.

સિધ્ધાંત : ભાષાના આધારે (base) પર તેમણે રાજ્યોના પુનઃ નિર્માણ માટે કેટલાક સિધ્ધાંત રજુ કર્યા.

(૧) એક સરખી મળતી આવતી (એકથી વધારે) ભાષાઓવાળા રાજ્યોને ગઠિત કરવાનો વિચાર એકદમ છોડી દેવો જોઈએ.

(૨) દરેક રાજ્યની એક ભાષા હોવી જોઈએ. એક રાજ્ય એક ભાષા

(૩) એક રાજ્ય એક ભાષાનો સિધ્ધાંત ને એક ભાષા એક રાજ્ય સિધ્ધાંતથી દુષિત ન કરવામાં આવે.

(૪) એક ભાષા એક રાજ્યનો અર્થ એ છે કે એક સરખી ભાષા વાળા બધા લોકોનું ક્ષેત્ર વસતી અને લોકોની હાલતોની અસમાનતાનું ધ્યાન ન કરતા એક જ સરકારને આધીન ગઠન કરવું. એક સરખી એટલે કે સમાન ભાષા બોલવાવાળા લોકોને કેટલાય રાજ્યોમાં વહેંચવા જોઈએ જેમ કે વિશ્વના અન્ય ભાગોમાં કરવામાં આવે છે.

(૫) સરખી ભાષા બોલવા વાળા લોકોને કેટલા રાજ્યમાં વહેંચવામાં આવે તેનો નિર્ણય (ક) પ્રશાસનની કુશળતા (ખ) જુદા - જુદા ક્ષેત્રોની જરૂરિયાત (ગ) વિભિન્ન ક્ષેત્રોની ભાવનાઓ અને (ઘ) બહુમતી અને લઘુમતીના પ્રમાણને આધાર બનાવીને કરવામાં આવે.

(૬) જેમ-જેમ કોઈ રાજ્યનું ક્ષેત્ર વધે છે. તેમાં બહુમતીની તુલનામાં લઘુમતીનું પ્રમાણ ઓછું હોય છે. તેમાં લઘુમતીની સ્થિતિ સંદિગ્ધ તથા સંકટ ભરેલી બની જાય છે અને બહુમતીના લઘુમતી પર અત્યાચારના અવસર વધી

જાય છે તેથી જ રાજ્ય ક્ષેત્રની દ્રષ્ટિએ નાના હોવા જોઈએ.

(૮) લઘુમતીઓને બહુમતીના જુલ્મોથી બચવા માટે સુરક્ષા આપવામાં આવે. તેના માટે સંવિધાનમાં સંશોધન કરવામાં આવે અને વધારે સભ્યો (બે કે ત્રણ) પ્રતિનિધિ ચુંટવા વાળા ચુંટણી ક્ષેત્રોની પધ્ધતિ પ્રચલિત કરવામાં આવે જેમાં મતદાન પણ સંચિત વિધિથી થાય.

ભાષાના આધારે રાજ્યોના નિર્માણથી ''ઉત્તર ભારત સંયુક્ત થયું. જ્યારે દક્ષિણ ભારત ટુકડાઓમાં વહેંચી ગયું છે. તેનાથી એક બીજા પ્રકારની સમસ્યા ઉપસી આવી છે. તેનાથી ઉત્તર ભારત વિરૂધ્ધ દક્ષિણ ભારતની સમસ્યા ઉપસી આવી છે. મતલબ પહેલા રાજ્યોની હવે ક્ષેત્રોની સમસ્યા ઉત્પન્ન થઈ ગઈ છે. બાબા સાહેબે આ સમસ્યાનો ઉલ્લેખ નીચે લખેલા શબ્દોમાં કર્યો છે.''

(૧) માત્ર એક ભાષી રાજ્ય : ''એક પ્રદેશ અને તેની ભાષા એક એ બધા રાજ્યોનો સમાન સિધ્ધાંત છે. જર્મની, ફ્રાન્સ, ઈટાલી, ઈંગ્લેન્ડ અને અમેરિકા આ બધા દેશોમાં આ જ સિધ્ધાંત અપનાવવામાં આવ્યો છે.''

''એક ભાષા જે લોકોને જોડી શકે છે બે ભાષા વ્યાજબી રીતે લોકોને અલગ કરે છે. આ એક અમાનવીય અને નિષ્ઠુર કાયદો છે. ભાષા સંસ્કૃતિને સુરક્ષિત રાખે છે. ભારતીય લોકો જો કે એક થવા ઈચ્છે છે અને એક સામુહિક સંસ્કૃતિ વિકસિત કરવા ઈચ્છે છે. તેથી સમગ્ર ભારતીયોનું આ અનિવાર્ય કર્તવ્ય છે કે તે હિંદીને પોતાની ભાષાના રૂપમાં અપનાવે.''

''જે લોકો ભાષાના રાજ્યોના ગઠનની વકિલાત કરી રહ્યા છે. તેમના મનમાં ક્ષેત્રીય ભાષાને રાજ ભાષા બનાવવાની ભાવના કામ કરી રહી છે. એવી વિચારધારા સંયુક્ત ભારતનું મૃત્યુ સાબિત થશે. ક્ષેત્રિય ભાષાને રાજ ભાષા બનાવવાથી ભારતને એક સંયુક્ત દેશ બનાવવામાં ભારતીયોને પ્રથમ તથા અંતિમ રીતે ભારતીય બનાવવાનો વિચાર સમાપ્ત થઈ જશે.''

''કેટલાક લોકો કેનેડા, સ્વિટ્ઝરલેન્ડ અને દક્ષિણ આફ્રિકાનું ઉદાહરણ આપે છે કે તે બે ભાષી દેશ છે. પરંતુ એ ન ભૂલવું જોઈએ કે ભારતની સમજ આ દેશ કરતા અલગ છે. ભારતનો સ્વભાવ વહેંચવાનો તથા તોડવાનો છે. જ્યારે સ્વિટ્ઝરલેન્ડ, દક્ષિણ આફ્રિકા અને કેનેડાની પ્રકૃતિ સંયુક્ત કરીને જોડવાની છે.''

(૧) ''એવા ભાષાના રાજ્યને જેમાં સ્થાનીય ભાષા રાજભાષા એટલે કે સરકારી કામકાજની ભાષા હશે સરળતાથી સ્વતંત્રતા રાષ્ટ્રીયતામાં પરિવર્તિત કરી શકાય છે. એક સ્વતંત્ર રાષ્ટ્રિયતા અને એક સ્વતંત્ર રાજ્યની વચ્ચે અંતર ખુબજ ઓછુ હોય છે. જો આવુ થઈ જાય તો જે આધુનિક ભારત આ સમયે છે તે મધ્યયુગનું ભારત બની જશે, એવું ભારતમાં જેમાં અલગ -

અલગ રાજ્ય એકબીજાના પ્રતિદ્વંવી હશે અને એકબીજા સાથે લડતા ઝગડતા રહેશે.''

(૨) નાના રાજ્ય : ''ઉત્તર પ્રદેશને ત્રણ રાજ્યો મધ્ય પ્રદેશ અને બિહારને બે રાજ્યોમાં વહેંચવામાં આવે. મહારાષ્ટ્રના પણ બે રાજ્ય બનાવવામાં આવે.''

(૩) હિંદી રાજ ભાષા હોયઃ''ઉતર ભારત અને દક્ષિણ ભારતમાં ઘણી ભિન્નતા છે. ઉતર ભારત અને રૂઢિવાદી છે. દક્ષિણ ભારત પ્રગતિશીલ છે. ઉતર ભારત અંધ વિશ્વાસી છે, દક્ષિણ ભારત તર્કવાદી છે. દક્ષિણ ભારત શૈક્ષણિક રીતે આગળ છે, ઉતર ભારત શૈક્ષણિક રીતે પાછળ છે. દક્ષિણની સંસ્કૃતિ આધુનીક છે ઉતર ભારતની સંસ્કૃતિ પ્રાચીન છે.''

સંવિધાનમાં આ ઉપલબ્ધિ નોંધ કરવામાં આવે કે કોઈ પણ રાજ્યમાં ક્ષેત્રીય ભાષા રાજભાષા નહીં હોય દેશની રાજભાષા હિંદી હશે અને જ્યાં સુધી ભારત હિંદુને રાજભાષા બનાવવાને યોગ્ય નહિં થાય ત્યાં સુધી અંગ્રેજી રાજભાષા રહે જો ભારતના લોકો આ સુચનાને નથી માનતા તો ભાષાના રાજ્ય વિપત્તિજનક સાબિત થશે.''

(૪) બિન હિંદી ભાષી ને સુવિધા : બાબા સાહેબે કહ્યુ કે હીંદીને સરળ બનાવવામાં આવે. ન તો તેને સંસ્કૃત શબ્દોથી ન તો અરબી શબ્દોથી અઘરી બનાવવામાં આવે.

દક્ષિણ ભારતના લોકો હિંદીને અપનાવવા અચકાય છે. તેનો સખત વિરોધ કરે છે બાબા સાહેબે કહ્યુ સંવિધાનમાં ફ્રેન્ચ નેશનલ એકેડેમીના નમુના પર એક નેશનલ અકાદમી બનાવવાનું સુચન કર્યુ. આ એકેડેમીમાં બિન હિંદી ભાષી ને હિંદી ભણવવામાં આવે. અને થોડા વર્ષો માટે તેમને સરકારી નોકરીઓમાં સુવીધા આપવામાં આવે.

(૫) દેશની એક બીજી રાજધાની હોય : ''દેશની સુરક્ષાની દ્રષ્ટીથી, મહારાષ્ટ્ર આંધ્રપ્રદેશ અને દક્ષિણના બાકી પ્રાન્તોના લોકોમાંએ ભાવના ઉત્પન્ન કરવાની કે કેન્દ્રીય સરકારનું મુખ્યલય અને ભારતીય સંસદ તેમની પણ નજીક છે. દિલ્હી સિવાય હૈદરાબાદને કેન્દ્રીય સરકાર (ભારત)ની રાજધાની બનાવવી જરૂરી છે.

(૬) ચુંટણી પ્રથામાં સુધારા કરવામાં આવે.

(૭) લઘુમતીઓ તથા અનુસૂચીત જાતિઓ અને જનજાતિઓ સંવૈધાનિક સુરક્ષા આપવામાં આવે ભાષાની ઉલઝનો (સમસ્યાઓ)નું સમાધાન રજુ કરતા બાબા સાહેબે પોતાના વિચાર આ રીતે વ્યક્ત કર્યા. : ''હું તો માત્ર માર્ગ સુચવી શકુ છું, તેના પર વિચાર કરવો અને અપનાવવો તે દેશવાસીઓનું કામ છે.'' જો દેશને હજી વધારે બરબાદ ન થવું હોય તો તેણે ભાષાની મુશ્કેલીઓ પ્રત્યેની ઉદાસીનતા ત્યાગવીજ પડશે. જે પણ દેશમાં સંસદીય

લોકશાહી પ્રણાલી દ્વારા પ્રતિનિધિ ચુંટવાના હોય છે અને તે સરકાર બનાવે છે ત્યાં ચુંટણીઓનું સ્વતંત્ર અને વિપક્ષ હોવું એક જરૂરી વાત છે. આ વિષયમાં બાબા સાહેબે આ શબ્દોમાં પોતાના વિચારો પ્રગય કર્યા : સંસદીય પ્રણાલીની સરકારના બે મુખ્ય આધાર હોય છે. (૧) વિપક્ષી દળ (૨) સ્વતંત્ર અને નિષ્પક્ષ ચુંટણી. પરંતુ આપણા દેશમાં થયું શું, અને થઈ રહ્યુ છે શું. તેના પર પોતાની પ્રતિક્રિયા વ્યક્ત કરતા ઈ.સ. 1451ના ઓક્ટોબર માસની 28 તારીખે બાબા સાહેબે ચુંટણીની ગરબડની ચિંતા કરતા કહ્યું : ''સ્વતંત્ર અને નિષ્પક્ષ ચુંટણીઓને નજર અંદાજ ન કરવી જોઈએ કે મોટા વેપારી દેશના રાજનિતીક જીવનમાં ઘણો મોટો રોલ ભજવવાનો પ્રયત્ન કરી રહ્યા છે. મોટા વેપારીઓની તરફથી ભારતીય રાષ્ટ્રીય કોંગ્રેસને ધન આપવામાં આવે એ એક ખતરનાક વાત છે. જો ધનવાન લોકો કોઈ રાજનીતિક દળને ચુંટણી ફંડમાં ધન આપશે તો તેનું પરિણામ શું આવશે. તે રાજનીતિક દળ જેના ધનની સહાયતા લઈને સત્તામાં આવી જાય છે. તો મોટા વેપારીઓ સરળતાથી તેમની પાસેથી સુવિધાઓ પ્રાપ્ત કરશે. તે એવું કે તો વર્તમાન કાયદામાં સુધારા કરાવશે અથવા એવા કાયદા બનાવીને જે તેમના હિતોમાં લાભદાયક હોય... શું આવા સંજોગોમાં સંસદીય પધ્ધતિથી સરકારથી દેશને ઉપકાર કરવાની કોઈ આશા રહી જાય છે. હું તમને મહાભારતનું ઉદાહરણ આપવા ઈચ્છુ છું પાંડવો અને કૌરવોની વચ્ચે યુધ્ધમાં ભીષ્મ અને દ્રોણાચાર્ય કૌરવોના પક્ષમાં હતા. પાંડવોનો પક્ષ સાચો હતો જ્યારે કૌરવોનો ખોટો હતો અન્યાયભર્યો હતો. જ્યારે કોઈએ ભીષ્મને પુછ્યુ કે જ્યારે પાંડવો સાચા છે તો તમે કૌરવોનું સમર્થન કેમ કરી રહ્યા છો. તેના પર ભીષ્મએ આ યાદગાર વાક્યમાં જવાબ આપ્યો.

મારે નમક પ્રત્યે જવાબદાર રહેવું જોઈએ. જ્યારે મે કૌરવોનું અન્ન ખાધુ છે તો મારે તેમનો જ પક્ષ લેવો જોઈએ તે ખોટા જ કેમ ન હોય, આ દિવસોમાં આ જ બધુ થઈ રહ્યું છે. કોંગ્રેસ વાણિયા, મારવાડી અને અન્ય બહુરાષ્ટ્રીય કરોડપતિઓ પાસેથી આર્થિક સહાયતા મેળવી રહી છે. કોંગ્રેસ તેમનું અન્ન ખાઈ રહી છે એટલે તે બધા નિર્ણાયક સમયમાં તેમનો જ પક્ષ લેશે.

''સરકારી કર્મચારી ચુંટણીમાં રાજનીતિક દળ માટે પ્રભાવ નાખે છે જે તેમનું અને તેમના આશ્રિતોનું પાલન-પોષણ કરે છે.''

ચુંટણી પધ્ધતિમાં સુધારા કેમ નહીં : બાબા સાહેબે સત્ત પક્ષના દળની અસલિયત ખોલતા વર્ષો પહેલા લખ્યું હતું કે સત્તાધારી એક જ વર્ગના છે. સંવિધાન જેનો ઉદ્દેશ કાયમી તથા ખાનદાની સત્તાધારી દળને સત્તામાંથી હટાવવાનો હોય છે. પોતાના ઉદ્દેશની પૂર્તિમાં સફળ ન થઈ શકે કારણ કે

ચુંટણી પધ્ધતિ તેની જાળવણીમાં સહાયક સાબિત થઈ. લોકસભામાં નર્તકો, અભિનેતા, અભિનેત્રીઓ, સેઠો તથા તેમના વફાદારો અને કેટલાય પ્રકારના શોષકો તથા અપરાધીઓનો મેળો છે. પરંતુ બુધ્ધિજીવીની સંખ્યા ન બરાબર છે.

લઘુમતીઓની સુરક્ષા : લઘુમતીઓને સુરક્ષા આપવાના વિચારથી બાબા સાહેબ ઈ.સ. 1955ના ડિસેમ્બર મહિનાની ૨૩ તરીખે પોતાના વિચારો શબ્દોમાં વ્યક્ત કર્યા : અલગ ચુંટણી પ્રક્રિયા કે સીટો (સ્થાનો)ની અનામત કરવાની પધ્ધતિ ક્યારેય મંજુરી ન કરવી જોઈએ. જો વધારે બે કે ત્રણ સભ્યોવાળા ચુંટણી ક્ષેત્ર બનાવી દેવામાં આવે તો પુરતુ રહેશે. તેના વર્તમાન સંવિધાનમાં જોગવાઈ એક સભ્યવાળા ચુંટણી ક્ષેત્રની પધ્ધતિ મંજુર કરી તેના સ્થાન પર મતદાન પણ સંચિત રૂપમાં થાય.

ચૂંટણી પ્રણાલીમાં સુધા સંબંધી જે સલાહ બાબા સાહેબ ભીમરાવે આપ્યા એ તે વાતનું દ્યોતક છે કે બાબા સાહેબ ભાવિના ગર્ભમાં શું છુપાયેલું છે તેને જાણવામાં કેટલા હોશિંયાર હતા તેનું એક ઉદાહરણ છે.

કાનૂની સુધાર (૧)

મજૂરોનું માર્ગદર્શન સુરક્ષા અને ભલાઈ : બાબા સાહેબ ભીમરાવના વિચારમાં મનુષ્યની રક્ષા તેના કલ્યાણ અને સામાજિક બદલવાનું એક ખૂબજ મજબૂત અને અસરકારક સાધન છે. આ લક્ષ્યને મેળવવા માટે તેમણે કાયદાનો ઉપયોગ કર્યો.

જેમ અગાઉ કહેવાઈ ગયું છે કે, બાબા સાહેબ ભીમરાવ ભારતની આઝાદી પહેલા વાઈસરોય હિંદની કાર્યસાધક પરિષદમાં સન 1942 થી સન 1946 સુધી ઉપરાંત અન્ય વિભાગોની કામગીરી સોંપવામાં આવી હતી. સમસ્ત દુનિયા બીજા વિશ્વયુધ્ધની પકડમાં જિંદગી અને મોતની વચ્ચે લટકેલી હતી. આવી પરિસ્થિતિમાં પણ બાબા સાહેબ ભીમરાવ આંબેડકરે મજૂરોને સાચો રસ્તો બતાવવામાં લાગેલા હતા. તે મજૂરોની સુરક્ષા અને તેમની કલ્યાણની યોજનાઓ બનાવતા અને તેને લાગુ કરાવતા રહ્યા. જેમાંથી કેટલાકનું વિવરણ આ મુજબ છે : સન 1938માં મનમાઢમાં રેલવે કર્મચારીઓને સંબોધિત કરતા બાબાસાહેબ આંબેડકરે પોતાના વિચાર પ્રગટ કર્યા : 'બેશત્રુ' મારા વિચારથી શ્રમિકોના બે શત્રુ છે જેમની સામે લડવાનું છે. આ શત્રુ છે (૧) બ્રાહ્મણવાદ અને (૨) મૂડીવાદ. જ્યારે મેં બ્રાહ્મણવાદને શ્રમિકોના શત્રુ કહ્યા છે તો મને ખોટો ન સમજવામાં આવે. બ્રાહ્મણવાદથી મારો અભિપ્રાય એ સત્તાએ વિશેષાધિકારો અને એ વિશેષ હિતોથી નથી જે બ્રાહ્મણોને એક

સંપ્રદાય તરીકે મળેલા છે. હું એ અર્થમાં શબ્દોનો પ્રયોગ કરી રહ્યો નથી. બ્રાહ્મણવાદથી મારો આશય છે કે, સ્વતંત્રતા, સમતા અને ભાઈચારાનો નિષેધ. જો કે બ્રાહ્મણ એના જન્મદાતા છે તો પણ તે બ્રાહ્મણોમાં જ નહીં બધા વર્ણોમાં વ્યાપ્ત છે. બ્રાહ્મણવાદ દરેક જગ્યાએ ફેલાયેલો છે અને આ એક અકારણ સચ્ચાઈ છે કે તે બધા વર્ગોના વિચારો અને કૃતિઓને નિયમિત કરે છે. એ પણ એક કડવું સત્ય છે કે બ્રાહ્મણવાદ કેટલાક વર્ગોને એક વિશેષ દરજ્જો પ્રદાન કરે છે. કેટલાક અન્ય વર્ગોને તે તકની સમાનતા પણ આપતું નથી. બ્રાહ્મણવાદનો પ્રભાવ સામાજિક અધિકારો જેમકે સહભોજન અને આંતરજાતીય વિવાદો સુધી જ સીમિત નથી. જો આમ હોત તો ચિંતાની વાત ન હતી. આ નાગરિક અધિકારો જે સામાજિક અધિકારોથી બિલકુલ અલગ છે તેને પણ પ્રભાવિત કરે છે. સાર્વજનિક કૂવા, પ્રવાસ માટેના જાહેર સાધનો અને સામાન્ય જળપાન ગૃહોનો ઉપયોગ નાગરિક અધિકારોમાં આવે છે. જે પણ ચીજ લોકોના ઉપયોગ માટે છે અને જેની દેખરેખ સરકારી કોષથી કરવામાં આવે છે બધા નાગરિકો માટેના ઉપયોગ હેતુ ખુલ્લા હોવા જોઈએ. પરંતુ એવા લાખો લોકો છે જેમને આ નાગરિક અધિકારોનો ઉપયોગ કરવા દેવામાં આવતો નથી. શું એમાં કોઈ સંદેહ કરી શકે છે કે આ બધુ સદીઓથી બ્રાહ્મણવાદના કારણે થઈ રહ્યું છે. જે હજુ પણ વિજળીના ચાલુ તારની જેમ કાર્યરત છે. બ્રાહ્મણ એટલા સર્વવ્યાપી છે કે તે આર્થિક લોકોના ક્ષેત્રને પણ પ્રભાવિત કરે છે.

શ્રમિકોમાં વાસ્તવિક એકતા લાવવાનો યોગ્ય ઉપાય છે : તે કારણોને દૂર કરવા કે તેમનામાં વંશ અને ધર્મ પર આધરિત દ્વેષ પેદા કરે છે. કાર્યકરને એ જણાવવું જરૂરી છે કે તેના દ્વારા કરવામાં આવતા ભેદભાવ સૈધ્ધાંતિક રીતે ખોટા છે અને શ્રમિકોની એકતા માટે હાનિકારક છે. જો મજૂરોએ એક થવું છે તો તેમણે બ્રાહ્મણવાદને મૂળથી કાઢવો પડશે જે અસમાનતાની ભાવના છે.

મેં મજૂર નેતાઓને મૂડીવાદની વિરુધ્ધ ભાષણ આપતા સાંભળ્યા છે પરંતુ મેં મજૂર નેતાઓને મૂડીવાદની વિરુધ્ધ ભાષણ આપતા સાંભળ્યા છે પરંતુ મેં તેમને મજૂરોની વચ્ચે બ્રાહ્મણવાદની ટીકા કરતા ક્યારેય સાંભળ્યા નથી. ઉપરથી તેઓ આ મામલે મૌન છે. તેમનું આ મૌન એ વિશ્વાસથી છે કે શ્રમિકોના સંગઠન અને તેની એકતાને બ્રાહ્મણવાદ સાથે કોઈ સંબંધ નથી તે એ વાતને સારી રીતે સમજતા જ નથી કે મજૂરોના અસંગઠીત હોવાનું કારણ બ્રાહ્મણવાદ

છે અથવા તેનું કારણ વર્કરોનું નેતૃત્વ કરવા અને તેમની ભાવનાઓને કોઈ ઠેસ ન પહોંચાડવાનો કોરો અવસરવાદ છે. હું એ બધુ જાણવા માંગતો નથી જો બ્રાહ્મણવાદ મજૂરોના અસંગઠીત હોવાનું મૂળ કારણ છે તો તેને એમાંથી દૂર કરવો જરૂરી છે. આ એક સંક્રામક રોગ છે તેને નજર અંદાજ કરી અથવા આ વિષયમાં મૌન ધારણ કરી એને દૂર કરી ન શકાય. એનો પીછો કરવો જોઈ અને ખોદીને દૂર કરવો જોઈએ ત્યારે વર્કરોની એકતા થઈ શકશે.

મજૂર યુનિયન (સંઘ)નો હેતુ

મજૂર સંઘોનો ઉદ્દેશ્ય છે કે મજૂરોનું જીવનસ્તર અભાવગ્રસ્ત અને ઓછુ ન થવા દેવું વિદેશો (યુરોપ)માં એક સરેરાશ કિંમત તે જીવનસ્તર જે તેને ભણવાથી મળી છે તો તે જીવનસ્તરને પોતાનો અધિકાર માને છે અને જો કોઈ તેના જીવનસ્તરનો અધિકાર ઓછો કરવાનો પ્રયાસ કરે છે તો વિદેશી (યૂરોપીય) મજૂર એ અન્યાય અને જીવનસ્તરના અધિકાર પર થતા અતિક્રમણનો જોરદાર વિરોધ કરો છે. પરંતુ એક ભારતીય મજૂરમાં આ બધા ગુણ અથવા જરૂરી ઈચ્છાશક્તિ હાજર નથી. તે માત્ર જીવવા માટે ઈચ્છા રાખે છે. તે પોતાના જીવન સ્તરને સારુ બનાવવાની ઈચ્છા રાખતો નથી અને તેનામાં જીવનસ્તરને ઉંચુ બોલવાનો ઉત્સાહ છે.

જો કોઈ એવો દેશ છે કે જેમાં મજૂર સંઘની ખુબ જરૂર છે તો તે ભારત છે પરંતુ ભારતમાં મજૂરસંઘ શેકાયેલો અને થાકેલો અને વિખેરાયેલો છે. એનું એકજ કારણ છે કે મજૂરસંઘનું નેતૃત્વ ડરપોક, મતલબી અને ગુમરાહ છે. ઘણા મજૂર નેતા એવા છે જે માત્ર આરામ ખુરશી પર બેસી રહેવાની ખોખલી રાજનીતિ કરવાવાળા નબળા નેતા. આ લોકો છાપાઓમાં પોતાના ફોટા અને વિચારોને છપાવવા સુધી જ મર્યાદિત બની જાય છે. મજૂરોને એકઠા કરવા તેમને શિક્ષિત કરવા પોતાના હેતુ જણાવવા અને સંઘના બાકી લોકોને તેમના અધિકારો માટે જાગૃત કરવા અને મજૂરોમાં તેમના અધિકારો માટે સંઘર્ષ કરવામાં તેમની મદદ કરવી અને તેમની સંઘર્ષ શક્તિને વધારવી આ બધી બાબતોને તે પોતાનું કર્તવ્ય માનતા નથી. તે મજૂરોનું પ્રતિનિધિત્વ કરવા અને તેમના વક્તા જ બની રહેવા ઈચ્છે છે. તે મજૂરોની સાથે સંપર્ક રાખવાથી ભાગે છે.

રાજનીતિમાં ભાગ

મજૂરોને એકઠા કરી તેમને એક કરવું પુરતું નથી. મજૂરોને રાજનીતિક

લક્ષ્યો અને હેતુઓ માટે પણ એક થવું જોઈએ. મજૂર સંઘ માત્ર મિલ અને ઉદ્યોગપતિઓની વિરુધ્ધ તેમના અધિકાર સંઘર્ષમાં સહાયક નથી હોતા આ સવાલ પર કે મજૂર સંઘને રાજકારણમાં દાખલ થવું જોઈએ કેમકે રાજસત્તા એટલે કાનૂની સત્તા વગર મજૂર સંઘના હિતોની રક્ષા પણ ન થઈ શકે. ન્યૂનતમ મૂલ્ય સામાન્ય નિયમ, લઘુત્તમ વેતન, સામૂહિક સોદાબાજી આ કંઈક એવા લક્ષ્ય છે જે માત્ર સંઘોને એક કરવાથી મળી નથી શકતા. સંઘની તાકાતને કાયદાની શક્તિથી મજબૂત બનાવવી જોઈએ એ ત્યારે જ થઈ શકે જ્યારે મજૂરવર્ગ જાતે યૂનિયનમાં એક જૂથ થવા ઉપરાંત દેશના રાજકારણમાં પણ પોતાની ફરજ અદા કરે. રાજકારણીઓ જાગૃતતા પર આધારિત હોય જે રાજનીતિક વર્ગ જાગૃતતા ધરાવતો નથી તે એક છેતરપીંડી છે. સમાજની નવીન રચના માટે મજૂરોએ, રાજકીયસત્તાનો શ્રેષ્ઠ ઉપયોગ કરવો જોઈએ.

મજૂરોની સુરક્ષા અને ભલાઈ

ત્રિપક્ષીય મજૂર સંમેલન : ત્રિપક્ષીય મજૂર સંમેલન નામનું એક સંગઠન બનાવવામાં આવ્યું જેમાં (૧) માલિક (૨) મજૂર (૩) સરકાર ત્રણેના પ્રતિનિધિ ભાગ લેતા અને મજૂરોની માંગો અને ફરિયાદીનો હલ કાઢતા હતા. બાબા સાહેબ ભીમરાવના શબ્દોમાં મજૂર સંમેલનના ઈતિહાસમાં પ્રથમ વખત એવું થયું જ્યારે માલિકો અને મજૂરોના પ્રતિનિધિઓ સામસામે બેસીને મજૂરોની ફરિયાદો અને મુશ્કેલીઓનો ઉકેલ શોધવાની પ્રણાલીને શરૂ કરવામાં આવી.

મજૂોની હાલત સંબંધી રોયલ કમિશનનો રિપોર્ટ પહેલેથી જ અમલમાં હતો. બાબા સાહેબે એક કમિટી બનાવી. આ કમિટીના ત્રણ સભ્ય હતા આ કમિટીએ દેશના તમામ ઉદ્યોગોને એ રિપોર્ટ અને અન્ય કેટલાય રિપોર્ટનું મદદથી મજૂર કલ્યાણની યોજનાો બનાવી બાબા સાહેબ ભીમરાવ દ્વારા લાગૂ કરવામાં આવી.

(૧) કોયલા ખાણોમાં સ્ત્રીઓ પક્ષે ભૂમિગત જગ્યા પર કામ કરાવવામાં આવતું હતું. બાબા સાહેબે તેના પર પ્રતિબંધ લગાવી દીધો.

(૨) 31 જાન્યુ. 1944ના દિવસે એક જાહેરનામુ બહાર પડાવીને એક મજૂર રાહતકોષની રચના કરવામાં આવી. કોષમાં ઘનકોલસો અને કોકપર એક સાઈઝ લગાવીને જમા કરાવવામાં આવતી હતી આ રીતે ખાણોમાં કામ કરવાવાળા શ્રમિકો માટે રાહતકોષ રચવામાં આવ્યો.

(૩) કોલસા ખાણો સંબંધી રાહતકોષની રચના કરવામાં આવી જેમાં આઠ રાજ્યો પ.બંગાળ, બિહાર, ઓરિસ્સા, અસમ, આંધ્રપ્રદેશ, મધ્યપ્રદેશ,

મહારાષ્ટ્ર અને તમિલનાડુમાં કામ કરનારા લગભગ ૧૦ લાખ મજૂરો અને અધિકારીઓ માટે કેટલીય હોસ્પિટલો ખોલી લગભગ ૨૦૦ કેન્દ્રો બનાવાયા જેમાં શિક્ષણ અને મનોરંજનની વ્યવસ્થા કરાઈ. સંગઠને લાખો મજૂરો માટે પીવાજ ચોખ્ખા પાણીની વ્યવસ્થા કરી. કેમકે કોલસા ખાણોમાં પીવાનું પાણી પીવાલાયક રહેતું ન હતું. અભ્રક ખાણોમાં કામ કરનારા મજૂરો માટે પણ 'અભ્રક ખામ મજૂર રાહત કોષ' રચવામાં આવ્યું.

(૪) બાબા સાહેબ ભીમરાવે એક આવાસ યોજના બનાવી સંઘ દ્વારા મજૂરો અને અધિકારો માટે મકાન બનાવવાનું પહેલીવાર શરૂ થયું.

(૫) પ્રવાસી મજૂરો માટે રહેવા માટે ઠેર ઠેર મકાન બનાવાયા જેમ કે સિમલામાં.

(૬) ખાણો પાસે બાથરૂમ અને સામાન રાખવા લોકરો બનાવા

(૭) કર્મચારી પ્રતિકાર કાનૂનમાં સંશોધન કરી પ્રતિકારની રકમ વધારવામાં આવી.

(૮) મહિલા મજૂરોને પ્રસુતિ વખતે સવેતન રજા આપવાનો કાનૂની પ્રબંધ કરાવાયો.

(૯) ડૉ. આંબેડકરે ફેક્ટરી એક્ટમાં ત્રણ સુધારા કર્યા એ અગાઉ વર્ષના કામ માટે ૧૪ દિવસ વેતન સહિત રજાનો પ્રબંધ કરવામાં આવ્યો. બિમારી વખતે એક વર્ષ કામ કરનારને વેતન સહિત ૩૦ દિવસની રજાની જોગવાઈ કરવામાં આવી.

(૧૦) ઉદ્યોગપતિઓ મજૂરો પાસે મરજી મુજબ કામ કરાવતા હતા. બાબા સાહેબ ભીમરાવે એક અઠવાડિયામાં ૫૪ કલાક, ૪૮ કલાક અને દિવસમાં ૧૦ કલાકને બદલે ૯ કલાક કામ લેવાનો કાયદો બનાવ્યો. જે સન ૧૯૪૬ની ૪ એપ્રિલથી લાગૂ થયો.

(૧૧) બાબા સાહેબ આંબેડકરે કેન્દ્રિય વિધાનસભામાં સન ૧૯૪૬માં ૪ એપ્રિલે એક બીલ રજૂ કર્યું. બિલનો હેતુ જણાવતા તેમણે કહ્યું કે, સેવાની રાહતો લેખિતમાં નક્કી કરવી અને તે શર્તોને સંબંધિત અધિકારી દ્વારા પુરવાર કરાવવી જરૂરી બનાવવું. સન ૧૯૪૬ની ૨૩ એપ્રિલે તે કાયદો બન્યો.

(૧૨) મજૂર સંઘને સત્તાવાર માન્યતા આપવા કાનૂની પ્રબંધ કરાવ્યો

(૧૩) કેન્દ્રીય વિધાનસભામાં બાબા સાહેબે આંબેડકરે ૧૯૪૬ના એપ્રિલ મહિનામાં એક બીલ રજૂ કર્યુ જેનો હેતુ હતો બધા ઉદ્યોગોમાં લઘુત્તમ વેતન નક્કી કરવું. આ બીલ પાછળથી કાયદો બન્યો અને વિભિન્ન ઉદ્યોગોમાં તેના

આધારે લઘુત્તમ વેતન નક્કી થાય છે

(૧૪) બાબા સાહેબ આંબેડકરે કર્મચારી રાજ્ય બીલ પણ કેન્દ્રિય વિધાનસભામાં રજૂ કર્યુ જે કાયદો બન્યાં અત્યારે જે સગવડો કર્મચારીઓને મળી રહી છે તે આ કાયદાના કારણે મળી રહી છે.

(૧૫) રોજગાર કચેરીઓની શરૂઆત પણ ડૉ.આંબેડકરે કરાવી.

બેગાર પ્રથાની તપાસ કરવાના લક્ષ્યથી બાબા સાહેબ ભીમરાવે એક આયોગ બનાવવાનો પ્રસ્તાવ મૂક્યો. આયોગના અધ્યક્ષ તરીકે તે સમયના મજૂર નેતા વી.વી. ગીરીને મૂકાયા પરંતુ રજવાડાઓ અને કોંગ્રેસી નેતાઓના વિરોધના કારણે તેની રચના ન થઈ શકી. અંતે તેમણે બેગરને બંધારણમાં ગેરકાનૂની જાહેર કર્યું.

બાબા સાહેબ ભીમરાવે મજુરોના અધિકારોની સુરક્ષા તથા તેમના વિકાસના જે રસ્તા બતાવ્યા દેશ તેના પર જ ચાલી રહ્યો છે. આ રીતે તેમણે ન માત્ર મજુરોનું પથ-પ્રદર્શન કર્યુ પરંતુ તેમના ભવિષ્યને સોનેરી તથા સુરક્ષિત કરવા માટે તેને કાનુની સ્વરૂપ પણ આપ્યું. એટલે તેમને યુગ પુરૂષના રૂપમાં યાદ કરવામાં આવે છે.

કાનૂની સુધાર

હિન્દુ કોડ બીલ : હિન્દુ સમાજનો સાર છે વર્ગ અને સ્ત્રી તથા પુરૂષ વચ્ચે અસમાનતા આ અસમાનતા મીટાવ્યા વગર જેમને તેમ રહેવા દેવુ અને આર્થિક સમસ્યા અંગે કાનુન બનાવતા જવુ ભારતીય સંવિધાનની મજાક કરવા અને છાણના ઢગલા પર મહેલ બનાવવા જેવું છે.

''આપણી સજા પધ્ધતિમાં વધારે સંશોધન નથી કરી શકાતું પરંતુ જે કાર્યમાં ાપણે પાછળ છીએ તે છે સામાજીક વિધાન આપણે બધા તેમાં સંશોધનના સહયોગથી કાર્ય આપણા હાથમાં લીધું છે. હિન્દુ કોડ બિલ દ્વારા આપણે તેના સ્વરૂપને બદલીશું.... મેં આ કાર્ય માટે મારૂ આખુ જીવન સમર્પિત કરી દીધુ છે. હા, આપણે આપણા એક નવીન સમાજની રચના કરી રહ્યા છીએ અને તે ન્યાય પૂર્ણ, વિધિવત રીતે કરી રહ્યા છીએ. હું કાં તો હિન્દુ કોડ બિલ આખા ભારતમાં લાગુ કરીશ અથવા ક્યાંય પણ નહીં હિન્દુ કોડ બિલ ભારતીય સંવિધાનની અપેક્ષાએ ભારત માટે સો ગણુ વધારે લાભદાયક સાબિત થશે.''

હિન્દુ કોડ બિલનો ઉદ્દેશ : હિન્દુ કોડ બિલના બે બે ઉદ્દેશ હતા. (૧) હિન્દુ સમાજથી સંબંધીત વિખેરાયેલા અલગ-અલગ કાયદાઓને એકજ કાયદામાં એકઠા કરવા તથા તેના સંશોધન કરવું. (૨) હિન્દુ કાયદાઓને ભારતીય

સંવિધાન પ્રમાણે બનાવવો. જ્યાં સુધી પહેલા લક્ષ્યનો સંબંધ છે હિન્દુ કોડ બિલમાં પ્રચલિત કાનુનોના અનેક નિયમોને સંશોધિત કરી સામેલ કરવામાં આવ્યા. બીજા લક્ષ્યની વ્યાખ્યા બાબા સાહેબે પોતપોતાના ભાષણમાં આ શબ્દોમાં કરી હતી. જે લોકો હિન્દુ કોડ બિલનો વિરોધ કરી રહ્યા છે તેમનું ધ્યના હું સંવિધાનની ધારા-૧૫ની તરફ અપાવવા ઇચ્છું છું જે અમે મૌલિક અધિકારના રૂપમાં પાસ કર્યું છે.

હિન્દુ કોડ બિલમાં પ્રસ્તાવિત સુધારો બાબા સાહેબે હિન્દુ કોડ બિલનું જે પ્રસ્તાવ તૈયાર કર્યો અને જે સંસદમાં પ્રસ્તુત કરવામાં આવ્યો તેના નવ ભાગ હતા તેમાં 139 ધારાઓ અને સાત સૂચિઓ હતી.

ચાર વર્ણનો સફાયો : હિન્દુ કોડ બિલ છૂટછાટ કર્યા વગર જાતિ કે સંપ્રદાય વીર સૈવા બ્રાહ્મણ, પ્રાર્થના સમાજીઓ, આપ સમાજિઓ, લિંગાયતો, બૌધ્ધો, જૈનો અને શિખો બધા પર લાગુ હતો. બીજા શબ્દોમાં બિલે હિન્દુ સમાજની ચાર વર્ણ વ્યવસ્થાને કાયદાકિય રીતે ખતમ કરી દીધી. સ્ત્રીને લગ્ન વિચ્છેદ, છુટાછેડા, દત્તક લેવામાં ભાગીદાર થવા, સંપત્તિમાં પુત્રી અને પુત્રને બરાબર ભાગ અને વારસદાર નિયુક્ત કરવાનો અધિકાર આપવામાં આવ્યા.

બિલના અનેક ટુકડાં : બાબા સાહેબ ભીમરાવના રાજીનામાના ચાર વર્ષ સુધી હિન્દુ કોડ બિલની કેટલીક ધારાઓને ટુકડાઓમાં વિભાજીત કરી. કેટલાય કાયદાનું રૂપ આપવામાં આવ્યું આ કાયદા આ પ્રમાણે છે.

(૧) હિન્દૂ લગ્ન કાનૂન ૧૯૫૫
(૨) હિન્દૂ વારસદાર કાનૂન ૧૯૫૬
(૩) હિન્દૂ સગીર તથા સંરક્ષક કાનૂન ૧૯૫૬
(૪) હિન્દૂ દત્તક ગ્રહણ તથા નિર્વાહ કાનૂન ૧૯૫૬
(૫) હિન્દૂ નારી-સંપતિ અધિકાર કાનૂન ૧૯૫૭

કાળા કાયદાની સમાપ્તિ

ઘણા એવા કાનુન જે ભેદભાવવાળા હતા અને જે અનુસૂચિત જાતિઓને સામાજીક નોકરો તથા તેમના આર્થિક શોષણને કાનૂની માન્યતા આપતા હતા અને તેને બાબા સાહેબે સંવિધાનના વિરૂધ્ધ ઘોષિત કરી ખત્મ કરી દીધા. તેની વ્યાખ્યા પહેલાજ કરવામાં આવી છે. પંજાબ (જેમાં હિમાચલ, હરિયાણા વગેરે રાજ્ય સમાયેલા છે)માં એક અત્યાચાર તથા શોષણ કરવાવાળો કાળો કાયદો હતો, જેને કે Punjb Land. Alienation Act આ કાનૂન ઈ.સ. 1901 માં જાન્યુઆરી મહિનાની 8 મી તારીખે પસાર કરવામાં આવ્યો હતો અને અડધી શતાબ્દી સુધી કાનૂન તરીકે લાગુ રહ્યો. આ કાનૂન દ્વારા પંજાબમાં

રહેવાવાળા લોકો ખેડુત અને બિન ખેડુત બે ભાગમાં વિભાજિત કરી દેવામાં આવ્યા હતા. બિન ખેડુતોને જમીનની માલિકિના હકથી વંચિત કરી દીધા. આ રીતે પંજાબમાં રહેવાવાળા અનુસૂચિત જાતીના લોકો જમીનના માલીક બની શકતા ન હતા. ત્યાં સુધી કે જે ઘરોમાં તે લોકો રહેતા હતા તે માત્ર તે ઘરના કાટમાળના જ માલિક (અધિકારી) હતા. જે જમીન પર તે ઘર બનાવતા તેના તે કાયદેસર માલિક નહોતા થઈ શકતા.

સંવિધાન ઈ.સ. 1949 ના નવેમ્બર મહિનામાં પાસ થયું હતું. ઈ.સ. 1950 ની જાન્યુઆરી મહિનાની 26 મી તારીખે લાગુ થયો. સંવિધાનને લાગુ થયા પછી કાયદા મંત્રી તરીકે બાબા સાહેબ ભીમરાવ આંબેડકરે આ કાળો કાયદો ખત્મ કર્યો. જેને ગેરકાનુની ઘોષિત કરવા માટે તે છેલ્લા વીસ વર્ષથી પ્રયત્નશીલ હતા.

ભ્રષ્ટાચારનું નિકંદન

બાબા સાહેબે લોકશાહીની સફળતા માટે આઝાદ અને નિષ્પક્ષ ચુંટણીને ખુબ જ મહત્ત્વ આપતા હતા. બાબા સાહેબ ચુંટણી પંચને અને ચુંટણી અધ્યક્ષના પદને પણ ખુબ જ સશક્ત અને ગૌરવપૂર્ણ સમજતા હતા. તેના માટે તેઓ ઈચ્છતા હતા કે એવી વ્યક્તિઓ જે ચુંટણીમાં કેટલાય પ્રકારના શોષણ, ભેદભાવ, ગરબડો, મતપેટીઓ પર કબ્જો, બેઈમાની, અને કટેલાય પ્રકારની હેરાફેરી કરવાને સક્ષમ છે અથવા ચુંટણી પ્રક્રિયાને અસર કરે છે. તેમને ચુંટણીમાં ભાગ લેવા માટે કાયદેસર પ્રતિબંધ મુકવામાં આવે. પોતાના આ વિચારોને પોતાના એક ભાષણમાં તેમણે આ શબ્દોમાં પ્રગટ કર્યા છે- હું ઈચ્છતો હતો કે પરમિટ તથા લાઈસન્સ ધારકો, કાળા ધંધા કરવાવાળા અને કોન્ટ્રાક્ટરોને ચુંટી લડવા માટે અયોગ્ય ગણવામાં આવે, મેં એવું કરવા માટે લોક પ્રતિનિધિત્વ કાનૂનમાં એક ધારા પણ જોડી હતી. પરંતુ કોંગ્રેસી સાંસદોના સખત વિરોધને કારણે મારે આ ધારા કાઢી નાખવી પડી જો બાબા સાહેબની સલાહને માની લેવામાં આવી હોત તો ભારતની લોકશાહી જોવામાં તો પ્રજા તાંત્રિક લાગે છે પરંતુ તે જ્યારે ત્યારે પ્રજા વિરોધી બની જાય છે અને જેના પરિણામે તે ઘણીવાર તાનાશાહીના રંગ પણ દેખાડવાનું નથી ચુકતા ત્યારે આવુ ન થાત.

ધર્મ પરિવર્તન

વર્ણાશ્રમ ધર્મ પ્રત્યે ડૉ.આંબેડકરનો મૌલિક વિરોધ હતો તે કોઈપણ સંજોગો તથા કિંમતે વર્ણવાદ સાથે સમાધાન કરવા તૈયાર ન હતા. પોતાના આ વિચારોને તેમણે 13 ઓક્ટોબર 1935 માં યેવલા સંમેલનમાં ખુબજ સોચ-વિચાર કર્યા પછી જ વ્યક્ત કર્યો હતો. તેમણે કહ્યું હતું કે તે ધર્માન્તરણ કરી રહ્યા છે.

તેમણે આગળ રહ્યું હતું કે હિન્દુ સમાજમાં સમાનતા માટે કોઈ સ્થાન નથી. આ ધર્મનો ત્યાગ કરવાથી જ અમારી સ્થિતિમાં સુધારો થઈ શકશે આથી ધર્મ પરિવર્તન સિવાય મને કોઈ માર્ગ દેખાતો નથી.

જે ધર્મ તમારી માણસાઈનું મુલ્ય નથી જાણતો તે ધર્મમાં રહેવું હિતકર નથી. જે તેમને શિક્ષણ પ્રાપ્ત કરવા દેતુ નથી, તેમાં તમે કેમ રહો છો? જે ધર્મ તમારી આર્થિક પ્રગતિમાં બાધક છે. જે વાતે-વાતે તમારા અપમાનનું કારણ છે તમે એવા ધર્મમાં કેમ રહો છો?

ડૉ.આંબેડકરે જયારે ધર્મ પરિવર્તન કરવાની ઘોષણા કરી તો જંગલની આગની જેમ આ સમાચાર આખા દેશમાં ફેલાઈ ગયા. સૌ પ્રથમ ડૉ.આંબેડકરે સિખ ધર્મ સ્વીકારવાનો વિચાર કર્યો. કારણકે તેમા સૈધ્ધાંતિક રીતે કોઈ વર્ણ ભેદ નથી તથા બંધુત્વની ભાવના પ્રબળ છે. એકાએક ડૉ. આંબેડકરને આ બધુ વિચિત્ર લાગ્યું. આથી તેમણે સિખ ધર્મ સ્વિકાર કરવાનો વિચાર છોડી દીધો.

ડૉ.આંબેડકરે ઈસ્લામ તથા ઈસાઈ ધર્મની તરફ આકર્ષિત ન થયા કારણકે ત્યાં તેમના નેતૃત્વનો તેમને ભય હતો. ઈસ્લામના અનુયાયીઓ ધર્માન્તરિત વ્યક્તિને જલદીથી નેતૃત્વ આપતા નથી આ જ સ્થિતી ઈસાઈઓમાં પણ છે.

પોતાના ધર્મ પરિવર્તનના પ્રકરણમાં ડૉ.આંબેડકરે મે 1956 માં બી.બી.સી. સાથે એક મુલાકાતમાં બૌધ્ધ ધર્મની વિશેષતા અને ઉપયોગિતા અંગે કહ્યું હતું ''હું બૌધ્ધ ધર્મ પસંદ કરૂ છું કારણ કે તેમાં એ ત્રણ સિધ્ધાંતોનો સમન્વય છે જે અન્ય ધર્મોમાં નથી મળતો. બૌધ્ધ ધર્મ પ્રજ્ઞા, કરૂણા અને સમતાનું શિક્ષણ આપે છે.

ડૉ.આંબેડકરે ઓક્ટોબર 1956માં બૌધ્ધ ધર્મનો સ્વીકાર કર્યો. નાગપુરમાં એક ઐતિહાસિક મહાસંમેલનમાં તેમણે પોતાના અનુયાયીઓની સાથે તેમણે બૌધ્ધ ભિક્ષુ ચિંતામણી પાસેથી બૌધ્ધ ધર્મમાં દીક્ષા લીધી. દીક્ષિત થયા પછી ડૉ. આંબેડકરે લગભગ બધા બૌધ્ધ તીર્થોનું ભ્રમણ કર્યું.

★★★

૧૬

અંતિમ પડાવ

યાત્રાથી પરિપૂર્ણ જીવને ડૉ. ભીમરાવને ખૂબ જ થકવી નાખ્યા હતા. સ્વાસ્થ્ય સતત કથળતું રહેતું હતું. તેમના ખાનગી સહાયક નાનકચન્દ રતુ તેમની પુરતી સહાયતા કરતા હતા પરંતુ તે બીજે ક્યાંક રહેતા હતા.

30 નવેમ્બરમાં દિલ્હી પહોંચ્યા પછી જ્યારે તેમણે જોયુ કે તેમનું સ્વાસ્થ્ય ખુબજ વધારે બગડી ગયુ છે તો તેમણે રતુ ને રાત ત્યાં જ રહેવાનું કહ્યું 1 ડિસેમ્બર 1956ની વહેલી સવારે ઉઠ્યા પછી ડૉ. આંબેડકરને પોતાનું સ્વાસ્થ્ય કંઈક સારૂ લાગ્યું. તે દિલ્હીના મથુરા રોડ પર આયોજીત બુધ્ધિસ્ટ આર્ટ ગેલેરી જોવા ચાલ્યા ગયા.

આગામી બુધ્ધ જયંતીના અવસરે ભારતમાં 2500 મી બુધ્ધજયંતી ઘણી જ ધુમધામથી ઉજવવાનું આયોજન કરવામાં આવ્યું હતું. એ ઉપક્રમે મહામાન્ય દલાઈલામા દિલ્હી પધારેલા હતા. 2 ડીસેમ્બરમાં અશોક વિહારમાં દલાઈ લામાના સ્વાગતનું આયોજન કર્યુ હતું. ડૉ.આંબેડકર પણ આયોજનમાં સામેલ થયા.

3 ડિસેમ્બરની વહેલી સવારે ઉઠવાથી ડૉ. આંબેડકરે અનુભવ કર્યો કે તેમનું સ્વાસ્થ્ય ઠીક નથી. પછી સાંજે પોતાના માળીની રુષ્ણ પત્નીને જોવા માટે ચાલ્યા ગયા તથા માળીને ચિંતા ન કરવાનું કહ્યું.

ડૉ. આંબેડકર 13 ડિસેમ્બર 1956માં મુંબઈ જઈને ધર્મ પરિવર્તન કરાનારા પોતાના મહાર ભાઈઓને દીક્ષા આપવા માટે જવાના હતા. તેના પહેલા તે કેટલાક અગત્યના કામ પણ પુરા કરવા ઈચ્છતા હતા. તે દિવસોમાં તે 'ધ બુધ્ધ એન્ડ હિજ ધમ્મ' ના સિવાય 'ધ બુધ્ધ એન્ડ કાર્લ માર્કસની રચના પણ કરી રહ્યા હતા. 3 ડિસેમ્બરે તેમણે પુસ્તકનો અંતિમ અધ્યાય સમાપ્ત કરી તેને ટાઈપ કરવા માટે રતુને સોંપી દીધો.

એ દિવસો ડૉ. આંબેડકર રાજ્યસભાના સભ્ય હતા. 4 ડિસેમ્બરે તે

રાજ્યસભામાં ગયા ત્યાં પોતાના કેટલાક સાથીઓ તથા શુભચિંતકોને મળ્યા. વિચાર વિમર્શ કર્યો કોણ જાણતુ હતુ કે 4 ડિસેમ્બર તેમનો રાજ્યસભાનો છેલ્લો દિવસ હશે. સાંજના સમયે તેમણે આચાર્ય પી.કે. સગે અને શ્રી એસ.એમ. જોશીને પત્ર લખાવ્યા. તે ઈચ્છતા હતા કે મહારાષ્ટ્રના આ બે દિગ્ગજ તેમની રીપબ્લિક પાર્ટીમાં જોડાઈ જાય. તેના માટે તેઓ પ્રયત્ન કરી રહ્યા હતા. 16 ડિસેમ્બરે મુંબઈમાં થનારા દીક્ષા સમારંભમાં ડૉ. આંબેડકરના પરિવારના બધા સભ્યો જવાના હતા. ડૉ. આંબેડકરને પત્ની સાથે 14 ડીસેમ્બરે વિમાનથી જવાનો કાર્યક્રમ હતો પરંતુ તેમના અવશિષ્ટ પરિકર મતલબ તેમની પત્ની શ્રીમતી આંબેડકરના પિતા-ભાઈ તથા અન્ય વ્યક્તિ શ્રી જાધવ 4 ડીસેમ્બર રેલગાડી દ્વારા મુંબઈ માટે રવાના થઈ ગયા હતા એ દિવસે રતુ મોડે સુધી કામ કરતો રહ્યો એટલે તે રાત્રે ત્યાં જ રહી ગયો.

અંતિમ કાર્ય દિવસ

૫ ડિસેમ્બરની સવારે ડૉ.આંબેડકર થોડા મોડા જાગ્યા રતુ હજી સુધી ત્યાં જ હતો અને તેમના જાગ્યા પછી તેમની અનુમતી લઈને તે પોતાના કાર્યાલય ચાલ્યો ગયો. ઘરમાં માત્ર તેમની પત્ની તથા તેમના ડોક્ટર મુંબઈના ડૉ.માવલંકરના મુંબઈ પાછા જવા માટે કેટલીક ખરીદી કરવાની હતી, એટલે તેમને પાછા ફરવામાં મોડું થઈ ગયું.

સાંજે છ વાગ્યે જ્યારે રતુ પોતાની ઓફિસેથી ડૉ. આંબેડકર પાસે પાછો આવ્યો તો શ્રીમતી આંબેડકર બજારમાંથી પાછી આવ્યા ન હતા. તેનાથી ડોક્ટર આંબેડકરને એવુ લાગ્યું કે તે તેની ઉપેક્ષા કરી રહી છે જેને કારણે તેમને ગુસ્સો પમ આવવા લાગ્યો હતો. રતુએ પણ આ અનુભવ કર્યો, કોઈ પણ રીતે કુદરતી બનીને ડૉ.આંબેડકરે રતુને ટાઈપ કરવા માટે કામ આપ્યું અને રતુ પોતાના ઓરડામાં જવાનો હતો કે શ્રીમતી આંબેડકર બજારમાંથી પાછા આવ્યા. ડૉ. આંબેડકર ગુસ્સામાં તો હતા જ, તેમણે સવિતાને ઘણુ ખરૂ-ખોટુ કહ્યું ત્યાં સુધી કે તેમના મોંમાંથી શ્રીમતી આંબેડકરને છુટાછેડા આપવાની વાત પણ નીકળી. ડૉ.સવિતાએ જોયુ કે ડૉ.આંબેડકર ગુસ્સામાં છે તો તેમનું કહેવાનું સળગતી અગ્નિમાં ઘી હોમવાનું કરશે. આથી તેમણે રતુ ને કહ્યું કે તે ડૉ.સાહેબને શાંત કરવાનો પ્રયત્ન કરે અને સાચ્ચે જ રતુ ના પ્રયત્નથી તે શાંત થઈ ગયા.

તે જ સાંજે દિલ્હીના પ્રતિષ્ઠિત જૈન અનુયાયીનું એક શિષ્ટ મંડળ તેમને મળવા આવ્યું. ઘણી વાર સુધી તેમની વાતો થતી રહી તે જ સમયે તેમને 'જૈન બુધ્ધ' નામનુ એક પુસ્તક ભેટમાં આપવામાં આવ્યું. ખરેખર તો તે

ડૉ.આંબેડકરને બીજા દિવસે થનારા પોતાના આયોજન માટે આમંત્રણ આપવા માટે આવ્યા હતા. તેમણે નિમંત્રણ આપ્યુ કે ડૉ. આંબેડકરે તેમને સ્વીકારી સમારંભમાં આવવાનું આશ્વાસન આપ્યું કે જો તેમનું સ્વાસ્થ્ય ઠીક હશે તો જરૂર આવશે.

ડૉ. આંબેડકર જૈન શિષ્ટ મંડળ સાથે વાત ચીતમાં વ્યસ્ત હતા કે ત્યારે જ ડૉ. માવલંકર જે ખાસ કરીને તેમને ત્યાં જ આવેલા હતા, પોતાના પૂર્વ નિર્ધારીત કાર્યક્રમ પ્રમાણે મુંબઈ માટે રવાના થઈ ગયા. એ તો આપણે પહેલાજ લખી ચુક્યા છીએ કે તેમના મુંબઈ જવાના કારણોસર જ શ્રીમતી આંબેડકર તેમની સાથે બજારમાં ખરીદી કરવા ગઈ હતી અને તેમાં મોડુ થવાને કારણે ડૉ.આંબેડકર તેને પોતાની ઉપેક્ષા માનીને તેના પ્રત્યે ક્રોધ પ્રગટ કર્યો હતો.

ડૉ. આંબેડકર પોતાના સોફા પર બેસીને તન્મયતાથી પરંતુ તાલ અને લયમાં 'બુધ્ધ શરણમ ગચ્છામી' નું ગાયન કરી રહ્યા હતા. રતુને આ જોઈને ખુશી થઈ રહી હતી. પછી ડૉ. આંબેડકરે રતુ ને કહ્યુ કે રેડિયો ગ્રામ પર તે એ ગીતની રેકર્ડ ચઢાવી દે. રેડિયોગ્રામ પર ગીત વાગી રહ્યુ હતું કે ચાલતા - ચાલતા તેમણે રતુના માધ્યમથી પોતાના પુસ્તકોના કબાટમાંથી કેટલાક પુસ્તકો કાઢ્યા અને પોતાના ટેબલ પર રાખી દીધા.

ભોજન પછી તે પોતાના ઓરડામાં ગયા ત્યાં થોડી વાર બેસીને તેમણે કબીરનું ભજન 'ચલ કબીર તેરા ભવસાગર ડેરા' ગાતા ગણગણતા રહ્યા. પછી ઉઠીને પોતાના શયનખંડમાં ચાલ્યા ગયા ત્યાં પહોંચીને તેમણે પાસે રાખેલા તે પુસ્તકોને જોયા જે તેમણે થોડી વાર પહેલા કબાટમાંથી કઢાવ્યા હતા.

ડૉ. આંબેડકરે એ જ દિવસે 'ધ બુધ્ધ એન્ડ હોજ ધમ્મ'ની ભૂમિકા લખી હતી તથા આચાર્ય આગે અને શ્રી જોશીને પત્ર લખાવ્યા હતા તે બધુ ટેબલ પર મુકેલુ હતું. ડૉ. આંબેડકરની ઈચ્છા હતી કે તેના પર એક વાર તે ફરીથી નજર કરે જેથી તેને પોતાની વધુ નજીક રખાવ્યા હતા તેમનું આ પુસ્તક તેમના મૃત્યુ પછી ૧૯૫૭માં પ્રકાશિત થયું.

કાળ રાત્રિ

મધુપ્રમેહના રોગી ડૉ. આંબેડકર ઘણા સમયથી હતા જ. રાજનીતિની ઉથલ-પાથલ તથા અછૂતોના ઉધ્ધારમાં તે સતત વ્યસ્ત રહેવાને કારણે સ્વાસ્થ્ય બગડતુ ગયું. તેમને પથારીમાં જ આરામ કરવાની સલાહ આપવામાં આવી હતી. શ્રીમતી આંબેડકરે તેમની ઉત્તમ સારવારની વ્યવસ્થા કરી.

૫ ડિસેમ્બરની રાતે તે સુઈ ગયા સવારે શ્રીમતી આંબેડકરે પોતાના પતિને જોયા તો અસ્વસ્થ દેખાયા તેમણે ફરીથી સુવડાવીને પોતે વહેલી સવારે નિત્ય કર્મમાં વ્યસ્ત થઈ ગયા. કારણ કે સ્થિતિ ચિંતાજનક હતી તે થોડી થોડી વારે આવીને તેમને જોઈ જતી હતા.

નિત્યકર્મ માંથી પરવારીને જ્યારે ડૉ.સવિતા પોતાના પતિને જોવા આવી તો તેમણે કહ્યું કે તેની ગરદન ઢળેલી છે પ્રાણપંખેરૂ ઉડી ગયા હતા.

અંતિમ યાત્રા

શ્રીમતી આંબેડકરે રતુ ને બોલાવવા માટે કાર મોકલી અને તેના આવવાથી રતુએ થોડી જ વારમા આ સમાચાર ડૉ.આંબેડકરના સગા સંબંધિઓ, મિત્રો, સહયોગી, સમાચાર પત્રો તથા આકાશવાણી બધામાં પ્રસારીત કરાવી દીધા. આકાશવાણીએ સવારમાંજ ડૉ. આંબેડકરના મૃત્યુના સમાચાર બે વાર પ્રસારીત કર્યા.

જેવુ સંસદનું અધિવેશન શરૂ થયું, સંસદની કાર્યવાહી સ્થગિત કરી લોકસભામાં વડાપ્રધાન પંડિત નહેરૂએ ડૉ. આંબેડકરને શ્રધ્ધાંજલી અર્પણ કરી ત્યારબાદ સદનની કાર્યવાહી તે દિવસ માટે સ્થગિત કરી દેવાની ઘોષણા કરવામાં આવી. પંડિત નહેરૂ ત્યાંથી સીધા ડૉ. આંબેડકરના નિવાસ પર પહોંચ્યા ત્યાં તેમના પાર્થિવ શરીરને શ્રધ્ધાંજલી અર્પણ કરી.

ત્યાં સુધી હજારો સ્ત્રી-પુરૂષ આ સમાચાર સાંભળીને ડૉ.આંબેડકરના અંતિમ દર્શન માટે અલીપુર રોડ પર એકત્રિત થવા શરૂ થઈ ગયા હતા.

ભારતના પ્રમુખ નેતા તેમાં પંડિત ગોવિંદ વલ્લભ પંચ, શ્રી જગજીવનરામ, રાજ્ય સભાના ઉપ સભાપતિ વગેરે અનેક મહાનુભાવો ડૉ. સાહેબને શ્રધ્ધાંજલી તથા પુષ્પાંજલી અર્પણ કરવા માટે તેમના ઘરે એકત્રિત થયા.

ડૉ. સાહેબ ૧૬ ડીસેમ્બરે દીક્ષા સમારોહમાં ભાગ લેવા માટે મુંબઈ જવાના હતા. પરંતુ વિધાતાનેએ સ્વીકાર્ય ન હતું. તેમના અંતિમ સંસ્કાર માટે મુંબઈ જ યોગ્ય સમજવામાં આવ્યું. સંચારમંત્રી, જગજીવન રામના પ્રયત્નથી 'ડકાંશ વિમાન' તેમનું શબ લઈ જવા માટે નિર્ધારીત કરી દેવામાં આવ્યું. મુંબઈ જવા માટે વિમાનનો જવાનો સમય રાતનો સાડા દસ વાગ્યાનો નિશ્ચિત થયો આખો દિવસ બાકી હતો. ડૉ.આંબેડકરના અનુયાયીઓએ નિશ્ચય કર્યો કે ડૉ.સાબેના પાર્થિવ શરીરને વિમાન મથક સુધી લઈ જવા માટે યાત્રાના રૂપમાં લઈ જવામાં આવે. આથી તેમની વ્યવસ્થા કરવામાં આવી અને એક ટ્રકને શણગારી તેમાં તેમનું પાર્થિવ શરીર રાખવામાં આવ્યું. દિલ્હીના મુખ્ય

બજારોમાંથી થઈને તે સરઘસ નિર્ધારીત સમયે સફદરજંગ વિમાન મથકે પહોંચ્યું.

ડૉ. આંબેડકરના પાર્થિવ શરીર સાથે મુંબઈ જનારાઓમાં સર્વશ્રી સોહનલાલ શાસ્ત્રી, શંકરાનન્દ શાસ્ત્રી, ભિક્ષુ ભવન્ત આનંદ વગેરે અનેક ગણમાન્ય લોકો હતા. રાત્રે ત્રણ વાગ્યે વિમાન મુંબઈ પહોંચતા ત્યાં વિમાન મથક પર હજારોની સંખ્યામાં પુરૂષો-સ્ત્રીઓ તેમના દર્શન માટે એકઠા થયા. સરઘસના રૂપમાં તેમના શરીરને તેમના મુંબઈના દાદરમાં રહેલું રાજગ્રહ નિવાસ સ્થાને લાવવામાં આવ્યા.

7 ડીસેમ્બરે 1956 ડૉ. આંબેડકરના પાર્થિવ શરીરની અંત્યેષ્ઠી કરવાની તૈયારી કરવામાં આવી. એ સજાવેલા ટ્રકમાં તેમના શરીરને ફુલોથી શણગારી રાખવામાં આવ્યું તેમના મસ્તક પાસે ભગવાન બુધ્ધની પ્રતિમાં રાખવામાં આવી ધુપ તથા અગરબતીથી વાતાવરણમાં સુગંધિત કરવામાં આવ્યું.

મધ્યાને ૧.૩૦ વાગ્યે લગભગ શબયાત્રા શરૂ થઈ પાંચ કલાક મુંબઈના મુખ્ય બજારોની યાત્રા કરતી સ્મશાને પહોંચી ત્યાં સુધી મુંબઈનો બધો વાહન વ્યવહાર ઠપ થઈ ગયો. શબયાત્રાના નિશ્ચિત માર્ગ પર દર્શન માટે સવારથી જ ભીડ આતુરતાથી રાહ જોઈ રહી હતા. બધા લોકોએ સફેદ કપડા પહેરેલા હતા એ દંતકથા પ્રચલિત થઈ ગઈ કે એ દિવસે મુંબઈના બજારોમાં સફેદ ધોતીઓનો ભંડાર ખાલી થઈ ગયો. ત્યારે લોકોએ સફેદ ચાદર ખરીદીને પોતાની મનોકામના પુરી કરવાનો પ્રયત્ન કર્યો.

ચિતાને તેમના એકમાત્ર પુત્ર યશવંતે આગ્નિ આપી. ભિક્ષુ શ્રેષ્ઠ આનંદ કૌશલ્યાયનને અંતિમ સંસ્કારની બધી વિધિ બૌધ્ધ મતની પરંપરા પ્રમાણે સંપન્ન કરાવી.

ત્યાં જ એક સામાન્ય એવી શોક સભા થઈ. તેમાં ભિક્ષુ ભવન્ત આનંદ કૌશલ્યાયનના સિવાય આચાર્ય પી.કે. અગે અને દાદા સાહેબ ગાયકવાડ બીજી બે વ્યક્તિ બોલ્યા.

આચાર્ય અગેએ પોતાની શ્રધ્ધાંજલીમાં માર્મિક શબ્દોમાં કહ્યું. ''એ આકાશના દેવતાઓ આવો આવીને જોઈલો પછી ક્યારે તમે આ દ્રશ્ય જોવાનું નહીં મળે.''

આ રીતે એક સમાજ સુધારક અછૂતો ઉધ્ધારક, કાયદા વિદ્દ, દલિતો શોષિતોના મસીહાના જીવનનું પ્રકરણ સમાપ્ત થયું.

★★★

ગુજરાતી બુક્સ

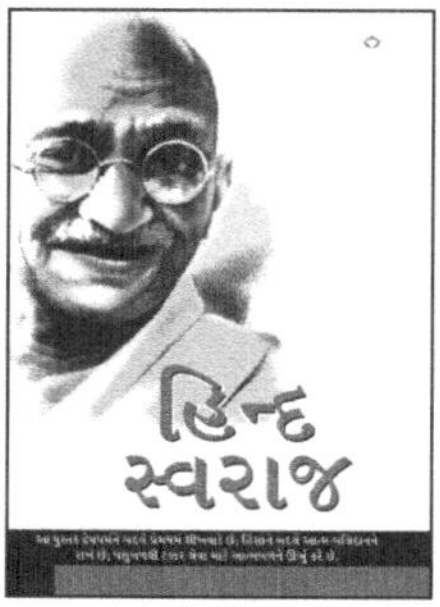

₹.100 ₹.50 ₹.60 ₹.150

ડાયમંડ બુક્સ

ડાઇનેમિક મેમરી
કૉમ્પ્યૂટર કોર્સ
₹ 275

LEARN FROM GUINNESS WORLD RECORDS
HOLDER BISWAROOP ROY CHAUDHARY
ડાયનેમિક મેમરી
ઈંગ્લિશ સ્પીકિંગ કોર્સ
મેમરી ગુરુ
બિસ્વરૂપ રાય ચૌધરી

LEARN FROM GUINNESS WORLD RECORDS
HOLDER MEMORY GURU BISWAROOP ROY CHOWDHURY
બિસ્વરૂપ રૉય ચૌધરી
મેમરી માઈન્ડ એન્ડ બૉડી

LEARN FROM GUINNESS WORLD RECORDS
HOLDER MEMORY GURU BISWAROOP ROY CHOWDHURY
અસંભવ...
...સંભવ...
બિસ્વરૂપ રૉય ચૌધરી

ડૉ. ઉજ્જવલ પાટની
સફળ વક્તા, સફળ વ્યક્તિ

નેટવર્ક માર્કેટિંગ
કેટલું સત્ય કેટલું અસત્ય
ડૉ. ઉજ્જવલ પાટની

પાવર થિંકિંગ
પૉઝિટિવ થિંકિંગથી આગળ... હવે પાવર થિંકિંગ અપનાવો
ડૉ. ઉજ્જવલ પાટની

108
ઈનવેસ્ટમેંટ મંત્ર
ઈનવેસ્ટમેંટમાં મદદરૂપ મહત્વપૂર્ણ ટિપ્સ

લખપતિ કેવી રીતે બનશો?
સુભાષ લાખોટિયા